ઝાકળભીન

ગુણવંત શાહ

આર. આર. શેઠ ઍન્ડ કંપની પ્રા. લિ.

પુસ્તક પ્રકાશક અને વિક્રેતા

૧૧૦, પ્રિન્સેસ સ્ટ્રીટ,
અર્થબાગ,
મુંબઈ ૪૦૦ ૦૦૨
ટેલિ. (૦

'દ્વારકેશ',
રૉયલ એપાર્ટમેન્ટ પાસે, ખાનપુર,
અમદાવાદ ૩૮૦ ૦૦૧
૫૭૩

0136365452

Zakalbhina Parijat, *Essays*
Written by Gunvant Shah
Published by R. R. Sheth & Co. Pvt. Ltd.
Mumbai □ Ahmedabad
2012
ISBN : 978-93-82503-05-7

મુદ્રણો

પ્રથમ આવૃત્તિ	:	નવેમ્બર, ૧૯૮૦	પ્રત : ૨૨૫૦
બીજી આવૃત્તિ	:	જુલાઈ, ૧૯૮૪	પ્રત : ૧૧૫૦
ત્રીજી આવૃત્તિ	:	જુલાઈ, ૧૯૮૭	પ્રત : ૧૧૫૦
ચોથી આવૃત્તિ	:	ઑક્ટોબર, ૧૯૯૦	પ્રત : ૧૧૫૦
પાંચમી આવૃત્તિ	:	માર્ચ, ૧૯૯૪	પ્રત : ૧૧૫૦
છઠ્ઠી આવૃત્તિ	:	જાન્યુઆરી, ૧૯૯૮	પ્રત : ૧૧૫૦
પુનર્મુદ્રણ	:	ફેબ્રુઆરી, ૨૦૦૨	પ્રત : ૧૨૫૦
પુનર્મુદ્રણ	:	ડિસેમ્બર, ૨૦૧૨	પ્રત : ૧૧૫૦

મુદ્રણ વૈદેહી ઑફસેટ, અમદાવાદ ખાતે થયું.

અર્પણ

સ્વ. જગનભાઈને

વર્ષો વહ્યાં
તોય
સ્મરણો રહ્યાં

ગુણવંત શાહની કૃતિઓ

વ્યક્તિ-વિચાર-ચિંતન

નિબંધ

* કાર્ડિયોગ્રામ
* વગડાને તરસ ટહુકાની
* ઝાકળભીનાં પારિજાત
* બત્રીસે કોઠે દીવા
* કેક્ટસ ફ્લાવર
* એકાંતના આકાશમાં
* પરોઢિયે કલરવ
* વૃક્ષમંદિરની છાયામાં
* એકલતાના એવરેસ્ટ પર

* રણ તો લીલાંછમ
* સાઇલન્સ ઝોન
* વિચારોના વૃન્દાવનમાં
* ઢાઈ અક્ષર પ્રેમકા
* નીરખને ગગનમાં
* વિરાટને હિંડોળે
* કોકરવરણો તડકો
* પ્રેમ એટલે...

આત્મકથા

બિલ્લો ટિલ્લો ટચ * જાત ભણીની જાત્રા

નવલકથા

રજકણ સૂરજ થવાને શરણે * પવનનું ઘર * મોટેલ

પ્રવાસ-સંવેદન

આપણે પ્રવાસી પારાવારનાં

કાવ્ય

વિસ્મયનું પરોઢ

સુવાક્યો

ટેલિગ્રામ * ટેલેક્સ * ફેક્સ

શિવકુટી

મા. આબુ ૨૧-૧૧-'૭૭

પ્રિય ગુણવંતભાઈ,

'કાર્ડિયોગ્રામ' ગયે અઠવાડિયે આવી પહોંચ્યું. પહેલી નજરે રૂપરંગ અને સત્ત્વશીલતાએ ગમ્યું. અંતરંગના સ્વાદનો આનંદ માણ્યો. પૂરું સેવાઈ રહ્યું ત્યારે સંતૃપ્તિનો અનુભવ થયો.

જ્યાં બોધ નિર્મળ હોય છે ત્યાં સતનિષ્ઠાથી એ પ્રબોધાય છે - પ્રબોધાય છે તે કરતાં પ્રસાદની જેમ સ્નેહથી વહેંચાય છે. એટલે સહજતાનું ક્યાંય અપમાન કે ઉલ્લંઘન થતું નથી.

તમારું શીલ શોધકનું છે; એટલે શૈલી સ્વાભાવિક રીતે જ નમ્રતાથી રસાયેલી છે. નમ્રતા સમર્પણમાંથી જન્મે છે. જગતને સુધારવાનો કે સમજાવવાનો ક્યાંય ઉમંગ-આવેશ નથી. એટલે આક્રમણની સૂક્ષ્મ હિંસાનો સ્પર્શ નથી. અહિંસાનો આધાર હોવાથી સંકેતનું કૌશલ વરતાયા કરે છે. જીવનપરિમલની પાછળ શબ્દો ચાલ્યા આવે છે. કહેવાનું કહેવાઈ જાય છે તેની પણ ખબર પડતી નથી. વાણીને મૌનનું રસાયણ સાંપડ્યું છે.

તમે મળ્યા ત્યારે ગમ્યા હતા. તમારું પુસ્તક મળ્યું ત્યારે એય ગમ્યું છે. પ્રભુ કરે ને તમારી જીવનશોધ જીવતી રહે. જીવનશોધ એ જ પ્રભુની શોધ છે. સત્યપ્રેમની શોધની તમારી એ અંતરયાત્રામાં કૃતાર્થતાનો આનંદ મળો અને એના પર પ્રભુની અનંત કૃપા ઊતરો.

સ્નેહપૂર્વક,

કિશનસિંહ ચાવડાના

નમસ્કાર.

પ્રસ્તાવના

અમથુંઅમથું પડઘાના પડછાયા જેવું;
મોં નહીં ને માથું બસ પરપોટા જેવું.
અલપઝલપના જંતરમંતર ખેલ જેવું;
લીલુંસૂકું જીવન નાગરવેલ જેવું.
ઝાંખાઝાંખા ઝાકળભીના ઝાડ જેવું;
અજવાળું પણ અંધારાના પ્હાડ જેવું.
શમણાંની કોઈ છાનીછપની વાતો જેવું;
ઝોકાં ખાતા ઉજાગરાની રાતો જેવું.
કાળીધોળીરાતી ગાયની આંખ જેવું;
પિંજરમાં તરફડતી ઘાયલ પાંખ જેવું.

ગુણવંત શાહ

આ આવૃત્તિની પ્રસ્તાવના

વાચકોને
ઝાકળભીનાં પારિજાત જેવી
મારી લાગણીઓ
શી રીતે પહોંચાડવી !

ગુણવંત શાહ

ક્રમ

૧

ઝાકળભીનાં પારિજાત

પારિજાતના પુષ્પ પ્રત્યે મને જબરો પક્ષપાત રહ્યો છે. મારામાં રહેલી કઠોરતા એની નાજુકાઈના સંસ્પર્શથી થોડીક ઢીલી પડે એવો ભ્રમ મનમાં વરસોથી સાચવીને રાખી મૂક્યો છે. એની અનાક્રમક સુવાસ થોડીક ક્ષણો માટે મનમાં એક મંદિર રચે છે. એની નાની નમણી પાંખડીઓની શુભ્રતા અને એ શુભ્રતાને શણગારવા માટે કોઈ કળાકારે પાતળી પીંછી ફેરવીને સર્જેલી કેસરી રંગછટાને પરોઢના આછા ઉજાસમાં નીરખતાં આંખને જાણે ધરવ જ નથી થતો.

હું પારિજાતકનો આશક નથી, ભક્ત છું. ઘરના બાગને બંને ખૂણે પારિજાત ઊભાં હતાં. કહે છે કે સમુદ્રમંથન થયું ત્યારે જે પાંચ દેવવૃક્ષો નીકળ્યાં તેમાંનું એક પારિજાત. આકાશમાંય એક તારો છે, જેનું નામ છે પારિજાત. તારો એટલે આકાશમાં ઊગેલું એક ફૂલ !

છાબડી ભરીને પારિજાતનાં પુષ્પો ઘરમાં લઈ જઈને મેં કદી કોઈ દેવને ચઢાવ્યાનું યાદ નથી. મને તો એ પુષ્પો જ દેવત્વથી ભરેલાં જણાયાં છે. એ પુષ્પોને તોડવાં નથી પડતાં. પરોઢના ઝાકળભીના લીલા ઘાસ પરથી એને વીણીને છાબડીમાં ભરતી વખતે પગ નીચે એકાદ પુષ્પ કચડાઈ ન જાય એનું ધ્યાન રાખવું

પડે. આખી છાબડી જ્યારે ઝાકળભીના મઘમઘાટથી ભરાઈ જાય ત્યારે આપણું મન પણ કશાક ભાવથી ઊભરાઈ ન જાય તો જ નવાઈ. રવીન્દ્રનાથની પંક્તિઓમાં પારિજાતની નાજુક રમણીયતા આ રીતે વ્યક્ત થઈ છે :

પારિજાતકની પાસે પાસે
ખર્યાં ફૂલની ફુલ્લ સુવાસે
ઝાકળભીંજ્યા ઘાસે ઘાસે
આવ્યા નયન ભુલાવનહાર રતુંબડાં ચરણે.
તેજ છાયાની કોર રૂપાળી
પથરાઈ છે વને વને
ફૂલડાં પેલાં મુખડું ન્યાળી
શું ય કહી જાય મને મને !

મનમાં અવનવા ભાવો ઊગે છે અને એટલું ઓછું હોય એમ વળી સૂરજ પણ આવી પહોંચે છે. ખૂણા વગરના આકાશમાં ક્યાંકથી એ ડોકું કાઢે છે. ઝાકળભીની પાંદડીઓને અને પાંખડીઓને એ એક હૂંફાળું કિરણ રવાના કરે ત્યારે નાના અમથા બાગમાં કુમાશનું એક કાવ્ય જીવતું થાય છે.

કોઈ અજાણ્યા ગ્રહ પરથી અવનવો આદમી ઊતરી આવે અને પૃથ્વી પર પુષ્પો જુએ તો ! એ તો એમ જ માનવા લાગે કે આવાં પુષ્પો હોય તેવા ગ્રહ પરનાં લોકો તો પ્રતિક્ષણ આનંદમાં ડૂબેલાં જ રહેતાં હશે ને ! પુષ્પોના સથવારામાં વળી કોઈ દુઃખી શી રીતે રહી શકે ! ખરી હકીકત જાણે પછી એની આગળ આપણું માન જરૂર ઘટી જાય. પુષ્પોને જોઈને ખ્યાલ આવે છે કે હજી તો આપણે ઘણી મજલ કાપવાની છે. પારિજાત પાસે સત્સંગ કરવાના ભાવથી વહેલી સવારે પહોંચી જવામાં એક અજાણ્યા અમેરિકન કવિનું ભોળપણ મારામાં માંડ એકાદ ક્ષણ માટે સંક્રાંત થાય છે :

How many miles to Babylon ?
Three score years and ten !
Can I get there by candle light ?
Yes and back again !

મીણબત્તીને અજવાળે દૂર દૂર આવેલા બેબીલોન પહોંચવાની ઉત્કટ ઇચ્છા સવાર પડે એટલે શરૂ થતા અવાજોમાં ઘાસ પરના ઝાકળની માફક ગાયબ થઈ જાય છે. લોકારણ્યમાં ભમવાનું અને ભમતા રહેવાનું શરૂ થાય છે. સૂર્યોદય પછી પણ મનમાં તો અંધારું જ અંધારું. મીણબત્તી બુઝાઈ જાય છે અને બેબીલોન તો દૂર ને દૂર રહી જાય છે !

□

૨

ઉમાશંકર નામની ઘટના

ઉમાશંકરને પ્રત્યક્ષ મળવાનું માત્ર ક્ષણ જ વાર બન્યું છે. પરંતુ પરિચયને આવી સ્થૂળ મુલાકાતની ઝાઝી ગરજ હોય એવું કદી લાગ્યું નથી. જ્યારે પણ એમને મળવાનું થાય ત્યારે એક પ્રસન્ન અસ્તિત્વ સંગાથે થોડીક ક્ષણો માણવાને પરિણામે ચપટીક પ્રસન્નતા મારામાં સંક્રાંત થતી હોય એવો ભાવ અનુભવું છું.

ઘણુંખરું ૧૯૭૧નું વર્ષ હતું. ઉદયપુરની એક અનોખી સંસ્થા સેવામંદિર તરફથી 'નિરંતર શિક્ષણ' ('કન્ટિન્યુઇંગ એજ્યુકેશન' માટે આ પર્યાય પણ ઉદયપુરમાં ઉમાશંકરે જ સૂચવેલો) અંગે કુલપતિઓની પરિષદ મળેલી જેમાં વડોદરાની મ. સ. યુનિવર્સિટી તરફથી જવાનું થયેલું. પૂરા ત્રણ દિવસ સાથે રહેવાનું થયું ત્યારે બીજાં રાજ્યોનાં કુલપતિઓ પણ એમને કેટલા આદરથી જોતા હતા તે નજરે જોયું. સાથે વિ. વિ. જ્હૉન અને વિક્રમ યુનિવર્સિટીના કુલપતિ કવિશ્રી સુમન પણ હતા. બોલવાનું થયું ત્યારે થોડાક ગભરાટ સાથે ઉમાશંકરના એક વાક્યથી જ મેં વક્તવ્યની શરૂઆત કરી : "બધાં મકાનો જમીનદોસ્ત થાય પછી જે બચે તે યુનિવર્સિટી." પરિષદના સંદર્ભમાં આ વાક્ય ખૂબ જ બંધબેસતું હતું. હું એ વાક્ય પૂરું કરું ત્યાં જ સાવ પાસે બેઠેલા ઉમાશંકરે કહ્યું : "Yes, I said so." આટલું ઉત્તેજન મળ્યું પછી હું થોડુંક લાંબું બોલેલો, એટલું આજેય બરાબર યાદ છે.

પછી તો ઘણે વર્ષે અમદાવાદમાં બીજી વાર મળવાનું થયું. એક વાર 'વિદ્યાગુર્જરી' તરફથી યશવંત શુક્લ અને બીજા મિત્રોએ ગુજરાતની શિક્ષણ પરિષદનું આયોજન કરેલું ત્યારે અમે બંને મંચ પર સાથે થઈ ગયા. ભારતીય સાહિત્ય અકાદમીનો મરણોત્તર પુરસ્કાર જેમને એનાયત થયેલો એ જગદીશ જોષીના અવસાનને માંડ ચારપાંચ દિવસ થયા હશે. એમણે કોઈકના ચાલુ ભાષણે મને ધીરેથી એટલું જ કહ્યું : 'આવો તૈયાર થયેલો કવિ ચાલી જાય તે કેમ ચાલે !' પછી થોડીક વાર રહીને બોલ્યા : "The candle was burning at both the ends and in the middle too." (મીણબત્તી બંને છેડે અને વળી વચમાં પણ બળી રહી હતી.) આ બે વાક્યમાં જગદીશ અંગેની સમગ્ર સંવેદના એમણે અનાયાસ ઠાલવી દીધી.

એક વાર તેઓ સુરત આવેલા ત્યારે સ્થાનિક સાહિત્યકારો સાથે અમર પાલનપુરીના ઘરે પૂરા દોઢ કલાક સુધી એમનો કાવ્યશાસ્ત્રવિનોદ ચાલ્યો. સહજ રીતે જે કાંઈ તેઓ બોલે તે લખી લેવાનું મન થાય એટલું અર્થગર્ભિત લાગે. ગુજરાતી પત્રકારત્વ અને રંગભૂમિને ક્ષેત્રે પારસીઓએ જે ફાળો આપ્યો ત્યાંથી માંડીને મુકુલ ચોક્સી જેવા ઊગતા કવિની 'હવા' અંગેની 'સંસ્કૃતિ'માં ન લેવાયેલી કવિતાની ખૂબીઓ સુધીની વાતો એમણે કરી. એમને જમવા માટે જવાનું થયું ત્યારે જ અમે સૌ ઊઠ્યા અને માણસોનો લોભ માત્ર આર્થિક ક્ષેત્રે જ હોય એ વાત ખોટી છે એની સાબિતી આપી.

એમનો પરોક્ષ પરિચય મને એમની કવિતા દ્વારા થયો તે કરતાંય વિશેષે તો વીસેક વરસ પર એમનો નિબંધસંગ્રહ 'ગોષ્ઠી' વાંચીને થયેલો. આજેય મારી જૂની ડાયરીમાં આ પુસ્તકનાં ટાંચણો સચવાઈને પડ્યાં છે. ભવિષ્યમાં નિબંધ લખવાનું થશે એવો ખ્યાલ પણ તે વખતે ક્યાંથી હોય ! પછી એમની કવિતાઓ જેમ જેમ સમજાતી ગઈ તેમ તેમ એમનો ખરો પરિચય થતો ગયો અને વધતો જ રહ્યો.

ઘણાં વર્ષ પર આબુની શિવકુટીરમાં કિશનસિંહ ચાવડાએ ફ્રિટજોફ કાપ્રાનું યાદગાર પુસ્તક 'ધ તાઓ ઑફ ફિઝિક્સ' વાંચવા આપ્યું જેમાં એ મહાન અણુવિજ્ઞાનીએ 'કૉસ્મિક નૃત્ય'ની વાત કરી છે. પછી નારગોળ દરિયાકિનારે શ્રી અરવિંદનું મહાકાવ્ય 'સાવિત્રી' વાંચવાનું થયું ત્યારે એમાં પણ આવી જ અલૌકિક નૃત્યની વાત વાંચવામાં આવી. પ્રસ્તુત પંક્તિઓ મેં ઉતારીને મકરંદ દવેને મોકલી આપી એટલે એમણે એવા જ મતલબની પોતાની તથા બીજા સંતકવિઓની એવી પંક્તિઓ મને લખી મોકલી. બધું વાંચીને ઉમાશંકરના 'નિશીથ'નું સ્મરણ ન થાય તો જ નવાઈ. પરોક્ષ પરિચયના તાણાવાણા પણ કેટલા ઘટ્ટ હોઈ શકે તે સમજાયું. વર્ષો પહેલાં એમને જ્ઞાનપીઠનો ઍવૉર્ડ મળેલો ત્યારે 'નિશીથ' માણેલું તે ફરીથી છેક હમણાં આ નવા પરિપ્રેક્ષ્યમાં માણ્યું.

વિશ્વભારતીમાં તેઓ કુલાધિપતિ નિમાયા એ નિમિત્તે સુરતના મિત્રોને એમનું સન્માન કરવાની હોંશ થઈ પણ એમણે તો ઘસીને ના પાડી. થોડીક ઢીલી ના પાડી હોત તોય મિત્રો શું કરવું તે સમજી જાત; પરંતુ એમની 'ના' સો ટચની હતી એટલે વાત આગળ ધપી જ ન શકી. 'સોવિયત લૅન્ડ પારિતોષિક' પણ એમને મળ્યું. આવી બધી બાબતોથી લોકોને હરખ થાય પરંતુ તેઓ આ બધી પ્રાપ્તિઓને સ્વસ્થતાપૂર્વક જીરવી શકે એટલા નિરામય રહ્યા.

મહાન ગણી શકાય એવી અનેક સિદ્ધિઓ જેને પરેશાન ન કરી શકે એવી ઉમાશંકર નામની એક નરવી, સૂક્ષ્મ અને ચિરંજીવ ઘટનાની આ વાત છે. અને છેલ્લે એક વાત, સુરતમાં મિત્રો સાથે વાત કરતી વખતે એમણે ક્રિકેટમાં રસ બતાવ્યો ત્યાં સુધી તો ઠીક; પણ ઝીણીઝીણી વિગતોની ચર્ચા કરી ત્યારે તો ભારે આશ્ચર્ય થયું. એક કવિની સીમા તો ત્યાં જ હોય જ્યાં જીવનની સીમા હોય!

□

૩

સદ્‌ગુણનો પાડોશી દુર્ગુણ

પૂનમની રાતનો મહિમા બહુ ગવાયો છે. કવિઓ, પ્રેમીઓ અને પાગલો સૌ એના પર વારી જાય છે. રાત પૂરી થવા આવે અને સૂર્ય ઊગવાને થોડી વાર હોય ત્યારે આથમતા ચંદ્રનો મિજાજ કંઈ ઑર હોય છે. આથમતી વેળાએ એની જે છટા હોય છે તેમાં સૂર્યની નકલ કરવાનો એનો ઇરાદો ખુલ્લો પડી જાય છે. પૂર્વાકાશમાં સૂર્ય આવી પહોંચે તે પહેલાં વિદાય થવાની એની પેરવી પણ વરતાઈ આવે. પૂનમની રાતે અંધારાની ભાત જરા જુદી હોય છે. એમાં અજવાળાનો ભેગ હોય છે. રોજના પરોઢ કરતાં એ પરોઢ પણ જુદું પડી આવે છે. અંધારું અને અજવાળું એકબીજાંને ભેટે ત્યારે પ્હો ફાટે છે. પૂનમની રાતને અંતે એક અજવાળું બીજા અજવાળાને જગ્યા કરી આપે છે. રોજિંદી ઘટમાળમાં પૂનમ-અમાસ વચ્ચેનો તફાવત ગાયબ થઈ જાય છે. શહેરની ટ્યૂબલાઇટોને વળી અમાસ શું અને પૂનમ શું !

રંગ-અંધાપો (કલર બ્લાઇન્ડનેસ) હોય તેવા માણસને મેઘધનુષના બધા રંગો નથી દેખાતા. જીવરામ ભટ્ટ જેવા રતાંધળા આદમીને અમાસના તારા નહીં દેખાતા હોય. અંધાપો માત્ર આંખની જ મર્યાદા છે એવી ગેરસમજના મૂળમાં, દર્શન એ માત્ર આંખનો જ વ્યાપાર છે એવો વહેમ રહેલો જણાય છે. છતી આંખે ક્યારેક આપણને કોઈ વ્યક્તિના ગુણ નથી દેખાતા અને આંખ

બંધ રાખીએ તોય એના નાનામાં નાના દોષો સ્પષ્ટ દેખાય છે. કોઈકને મૂલવતી વખતે આપણે કાજીની દક્ષતા પ્રાપ્ત કરી શકીએ છીએ. પોતાનો જ ન્યાય તોળવાની વાત આવે એટલે કાજી ઢીલા પડી જાય છે.

સદ્દ્ગુણ અને દુર્ગુણ એકબીજાના પાડોશી બનીને જીવનભર પડી રહે છે. ક્યારેક તો બંનેને એકબીજાથી અલગ તારવવાનું મુશ્કેલ બની જાય છે. કરકસર નામનો સદ્દ્ગુણ બાજુએ ખસી જઈને ક્યારે કંજૂસાઈ નામના દુર્ગુણને જગ્યા કરી આપે એની ખબર નથી પડતી. ઉદારતા ઝંખવાણી પડીને ક્યારે ઉડાઉપણાને તાબે થઈ જાય તેનો ખ્યાલ નથી રહેતો. બિચારી નમ્રતા ક્યારેક સામે ચાલીને નમાલાપણાની ઓશિયાળી બની રહે છે. સ્વાભિમાનમાંથી ક્યારે 'સ્વ' ખરી પડે એની ખબર પડતી નથી. અહિંસા ક્યારે કાયરતામાં સરી પડે એની અને અડગ માણસ ક્યારે અડબંગ બની રહે છે એની સમજ જલદી નથી પડતી. ક્યારેક ઢીલાશ ધીરજમાં ખપે છે અને ઉતાવળ ચપળતામાં ખપે છે. આમ સદ્દ્ગુણ અને દુર્ગુણ વચ્ચેની ભેદરેખા ખૂબ જ ઝાંખી હોય છે. આ ભેદરેખાને બરાબર સમજવા માટે વિવેક જોઈએ. શંકરાચાર્યે ગ્રંથ લખ્યો જેનું નામ આપ્યું 'વિવેકચૂડામણિ'. 'ચૂડામણિ' એટલે મસ્તક પર ધારણ કરવા યોગ્ય મણિ. જીવનમાં વિવેકનું સ્થાન ઊંચુ હોવાનું રહસ્ય સમજી શકાય તેવું છે.

અવિવેક ઘણા અનર્થો સર્જે છે. ટાયરો સમસમી ઊઠે અને એમની અરેરાટી સાંભળી શકાય એ રીતે ઓચિંતી બ્રેક મારીને કારને ઊભી રાખવામાં આવે ત્યારે રસ્તા પ્રત્યે, ટાયર પ્રત્યે અને રાહદારીઓ પ્રત્યે અવિવેક બતાવવામાં આવે છે. ઓરડાના ઘનફળના પ્રમાણમાં જરૂરી હોય એના કરતાં મોટા અવાજે બોલવું એ પણ એક પ્રકારનો સૂક્ષ્મ અવિવેક છે. સમય-કસમય જોયા વગર કોઈને વગરકામે ટેલિફોન જોડવો એ પણ આધુનિક ગણાતો અવિવેક છે. કોઈ પોતાનું બોલવાનું પૂરું કરે તે પહેલાં જ વચમાંથી

તેને તોડી પોતાની નભ્ભોવાણી વહેતી મૂકવાની ટેવને પરદેશોમાં મોટો અવિવેક ગણવામાં આવે છે. આપણે ત્યાં મિટિંગોમાં ક્યારેક તો જાણે અવાજોનો રાફડો ફાટે છે અને જોરથી બોલનારની વાતો જ પ્રમુખ સાંભળી શકે એવું બને છે. ઘણા લોકો બોલે તે એવી રીતે જાણે અવાજના કોગળા કરતા ન હોય !

કોઈ પણ જાતની તકરાર કર્યા વગર કે હો હા કર્યા વગર પૂનમનો ચંદ્ર, સૂર્ય ઊગે તે પહેલાં ધીરેથી વિદાય થાય છે. વિવેક અંગે ઉપદેશ આપવાની ધૃષ્ટતા પણ એ કરતો નથી. આપણી તો એટિકેટ પણ ખાસ્સી બોલકણી હોય છે. કોઈના માનમાં મૃત્યુ પછીનું બે મિનિટનું મૌન પણ પૂરી બે મિનિટ ભાગ્યે જ ટકે છે. એ મૌન પર તો આસપાસનો ઘોંઘાટ ગીધની માફક તૂટી પડે છે. ઘોંઘાટ એટલે સમાજે સ્વીકારી લીધેલો એક ત્રાસમય, બોલકણો અવિવેક.

આવો ઘોંઘાટ શરૂ થવાને વાર હોય ત્યારે વિવેકપૂર્વક, પૂરી છટાથી આથમતો પૂનમનો ચંદ્ર વહેલી પરોઢે નીરખવાની હું તમને અંગત ભલામણ કરું છું. અને હા, બને તો કોઈનેય સાથે રાખ્યા વગર તેમ કરવામાં વધારે મજા આવશે. ઘણી વાતો એવી હોય છે જે ખાનગી ન હોય તોય કોઈકની હાજરીમાં જામતી નથી.

□

૪

અન્નં બ્રહ્મ

ટ્રેનની મુસાફરીમાં એકાદ નાનું પણ ભેળસેળ વગરના શુદ્ધ ઘી જેવું પૌષ્ટિક ઝોકું આવી જાય ત્યારે વાસી બનીને ગતિ પાછળ ઘસડાયા કરતા કલાકોને થોડીક તાજગીનો અનુભવ થાય છે. આવું ઝોકું ખૂબ જ ઓછું ક્ષેત્રફળ લઈને ઓચિંતું આવી જાય છે અને ઊભા ઊભા મળીને ચાલી જનારા માનીતા મહેમાનની માફક ચાલ્યું જાય છે. આવી રીતે આવી ગયેલું ઓછા ક્ષેત્રફળવાળું કીમતી ઝોકું ખાસ્સું ઊંડું હોય છે. કૂવાનું થાળું નાનું હોય તેથી શું ? એ ઊંડો હોય તે વાતને થાળાના વિસ્તાર સાથે સંબંધ નથી હોતો. ઝરણું ફૂટે એ વાત મુદ્દાની છે.

આવું એક ઝોકું તાજગીનું ઝરણું બનીને આપણને મળવા આવી પહોંચે ત્યારે થોડીક ક્ષણો માટે ગતિ-અગતિ, શાંતિ-અશાંતિ, ભીડ કે એકલતા, ગાડીનો ડબ્બો અને ડબ્બાની અંદર વસ્તીથી ભરેલો અવકાશ, બધુંય ખરી પડે છે. બધું ક્યાંક ઓગળી જાય છે. આવે વખતે ટિકિટ ચેકર આવીને આપણને જગાડી ટિકિટ માગે ત્યારે પોતાનો ધર્મ બજાવતો હોવા છતાં એના પર ગુસ્સો આવે છે. લાખ રૂપિયાનું ઝોકું નંદવાઈ જાય છે અને પેન્સિલનો લસરકો પામેલી ટિકિટ પાછી ગજવામાં જઈને એની જગ્યાએ ગોઠવાઈ જાય છે. પેન્સિલનો એ લસરકો કેટલો મોંઘો !

આવું એકાદ ઝોકું તોડીને, આંખો ચોળીને આણેલી જાગૃતિને લોકો જીવન કહેતાં હશે ? સામેની એક બેઠક પર એક યુગલ બેઠું છે. ખાવાનો સમય થયો છે અને મને કકડીને ભૂખ લાગી છે. ભોજનની થાળી નોંધાવી છે પણ હજી આવી નથી. પત્ની પેટીમાંથી એક પછી એક એમ મજાની વાનગીઓ કાઢીને ડિશમાં ગોઠવતી રહે છે. ઘરનું અથાણું, ઘરના પાપડ, ઘરનું જીરાળુ અને ઘરના ખાખરા. ડિશમાં સુંદર રીતે ગોઠવાયેલી એ બધી વાનગીઓ મારી ભૂખી મનોદશાને "ડિસ્ટર્બ" કરતી રહે છે. મોંમાં પાણી આવે છે પણ એ પાણીની તરસ છિપાવે એવો ખોરાક નથી આવતો. સભ્યતાના ભાનને કારણે ઘણુંય મન હોવા છતાં હું ડિશને ધારીધારીને જોઈ નથી શકતો. ફર્સ્ટ ક્લાસનાં મુસાફર છીએ એટલે સામેથી 'ના' જ મળે એમ માનીને પેલાં પતિપત્ની થોડુંક લેવા માટે મને આગ્રહ કરવાનુંયે ટાળતાં હોય એમ ન બને !

ખાધેપીધે સુખી એવા માણસને ભૂખે પેટે કોઈકની ડિશમાં બેઠેલી વાનગી આટલી ખલેલ પહોંચાડે ત્યારે ખરેખરાં ભૂખ્યાં માણસો પર આ દેશમાં રોજ શું વીતતું હશે ? ગુજરાતના ઉત્તમ કોટિના સેવક મામાસાહેબ ફડકે પંચમહાલના આદિવાસીઓની વચ્ચે જઈ બેઠા ત્યારે તેમને એક અનુભવ થયેલો. તેઓ અતિશય સાદું ભોજન લેતા. ભાખરી કે રોટલા ખાવાનું શરૂ કરે એટલે આદિવાસીઓ આવી પહોંચે અને ભાખરીને એકીટશે જોયા જ કરે. મામાસાહેબ ખૂબ જ અકળાય. આવા પ્રસંગો ટાળવા એમણે સમયમાં ફેરફાર કરવા માંડ્યો અને ક્યારેક બારીબારણાં બંધ કરીને ખાવાનું રાખેલું.

લોકમાન્ય ટિળકે 'ગીતા રહસ્ય'માં એક રાતે ભૂખથી પીડાતા વિશ્વામિત્ર ચંડાળના ઘરમાં માંસની મટકી ચોરવા માટે ચોરની માફક દાખલ થયેલા એવી વાત કરી છે. ક્ષુધાશાંતિ વગર વિશ્વશાંતિ થાય એ વાતમાં ઝાઝો માલ નથી. આ બધા વિચારે

ચડી ગયેલું મન ભાણું આવી પહોંચે ત્યારે શાંતિ પામે છે. અન્નબ્રહ્મની ઉપાસના શરૂ કરું છું ત્યાં ડબ્બાની બારીમાં એક ચીંથરેહાલ ચહેરો નજરે પડે છે. એક રોટલી આપીને એને વિદાય કરું ત્યાં બીજો ચહેરો આવી પહોંચે છે. બધી રોટલીઓ વારાફરતી નવાનવા ચહેરાઓ સાથે વિદાય થાય છે.

પેલા ટિકિટ ચેકરે મને ન ઢંઢોળ્યો હોત તો ! મેં એના પિતાશ્રીનું શું બગાડ્યું હતું ? ટિકિટ ચેકરને આપણા ઝોકાની અદેખાઈ તો નહીં આવતી હોય ને ! કોઈને ઓચિંતું લાંબું 'ઝોકું' આવી જાય ત્યારે લોકો શા માટે રડતા હશે !

□

૫

ઉઠ જાગ મુસાફિર

શિયાળાની ઠંડી સવારે પથારીનો ગરમાટો ફગાવીને ઊઠી જવાનું સંસાર છોડીને સંન્યાસ લેવા જેવું કઠણ લાગે છે. આ મહામૂલો ગરમાટો આખી રાતની કમાણી જેવો લાગે છે. "ઉઠ જાગ મુસાફિર ભોર ભઈ, અબ રેન કહાં જો સોવત હૈ ?"- ભજન ગાવાનું ગમે છે પણ તે પથારીમાં બેઠા બેઠા જ. "જો સોવત હૈ સો ખોવત હૈ, જો જાગત હૈ સો પાવત હૈ." પંક્તિઓનો મર્મ બરાબર સમજાય છે અને છતાં પથારીની હૂંફ છોડવાનું ગમતું નથી. શિયાળાની રાત લાંબી હોય છે, એટલે ઊંઘ તો પૂરી થઈ ગઈ હોય છે. ઊંઘ પૂરી થઈ ગઈ હોવા છતાંય પડી રહેવાના પ્રમાદને ગોદડામાં વીંટળાઈને રહેવાનું ગમે છે. આખું જીવન વીતી જાય તોય આ ગોદડું છૂટતું નથી. કોઈક બુદ્ધ મહાભિનિષ્ક્રમણ કરે છે અને આપણા જેવા અનેક બુદ્ધુઓને જાગવાનું કહે છે. ઊંઘતો માણસ ક્યારેક જાગી જાય એ બને પરંતુ આપણા જેવા જાગતા પડી રહેલા માણસો માટે ઊઠવાનું થોડું મુશ્કેલ છે.

પાછલી ઉંમરે ઊંઘ ઓછી થઈ જાય છે. ઘરનાં દાદીમા સૌથી વહેલાં જાગી જાય છે અને એમનું બોખું બોખું મોં શંકરાચાર્યનું 'ચર્પટપંજરિકાસ્તોત્ર' ગાવા માંડે છે. વહેલા જાગી જનારનું એક લક્ષણ હોય છે. એને સતત બીજાઓ પણ જાગી જાય એવી ઇચ્છા થયા કરે છે. સવારની નિશાળ હોય અને

બાળકોને પથારીમાંથી બહાર કાઢવાં પડે ત્યારે મમ્મીનું એક ફેફસું પ્રેમથી છલોછલ ભરેલું હોય છે અને બીજું ફેફસું ફરજની ભાવનાથી ઊભરાતું હોય છે. રજાઈની અંદર ટૂંટિયું વળીને લપાયેલાં બાળકોને બૂમ પાડીએ ત્યારે તેઓ જાગતાં હોવા છતાંય જવાબ આપતાં નથી. એક જમાનામાં વિનોબાજી આશ્રમનાં બાળકોને મળસકે જગાડીને સાબરમતી નદીમાં ઝબકોળતા. થોડાંક વર્ષો પર એમણે પોતે આ બાબત યાદ કરીને અફસોસ વ્યક્ત કરેલો. બહુ ઓછાં માબાપોને બાળકોને જગાડતાં આવડતું હોય છે. કેટલાંક એમની આંખો પર પાણી છાંટે છે; કેટલાંક જોરથી બરાડા પાડી જગાડે છે; કેટલાંક બાળકોને હલાવી મૂકે છે; કેટલાંક વટહુકમ બહાર પાડતાં હોય એ રીતે બાળકોને ખખડાવે છે; કેટલાંક કટોકટી જાહેર કરીને કહે છે કે હવે નહીં ઊઠો તો.....

બાળકને ભર ઊંઘમાંથી જગાડવો એ એની સમાધિ તોડવા જેવું છે. મજબૂરીને કારણે એને જગાડવો જ પડે ત્યારે પૂરી નજાકત જળવાવી જોઈએ. શાંતિનિકેતનમાં કવિવર ટાગોરે બહુ વિચારપૂર્વક વૈતાલિકની પ્રથા શરૂ કરેલી. સંગીતના મધુર સ્વર દ્વારા બાળકોને જગાડવાની કલ્પના જ કેટલી ભવ્ય છે ! નરસિંહ મહેતાનાં પ્રભાતિયાં હવે માત્ર પાઠ્યપુસ્તકોમાં જ જીવે છે. લોકોની જીભે પડેલી જીવંત કાવ્યપંક્તિઓ પુસ્તકસ્થ થાય ત્યારે એ લલકારવાની ચીજ મટીને વાંચવાની ચીજ બની જાય એ દુઃખદ છે.

દિવસનો આધાર દાળની ગુણવત્તા પર રહેલો છે એવો ભ્રમ ખાસ્સો લોકપ્રિય થયો છે. ઊગતા સૂર્યનું સ્વાગત પંખીઓ કરે એ રીતે માણસો કરતાં થશે ત્યારે આખા દિવસની જ નહિ પરંતુ રાતની ઊંઘની ગુણવત્તા પણ વધી જશે. આપણું સમગ્ર અસ્તિત્વ સૂર્ય પર આધાર રાખે છે. એમ છતાં આપણી સવાર અને આપણી સાંજ સૂર્ય જેવી કોઈક ચીજ છે એ અંગેની સભાનતા વગર જ વીતે છે. સતત કામમાં રોકાયેલા માણસો

સૂર્યના રાજ્યને માન્યતા જ આપતા નથી. તેઓ ઘડિયાળના રાજ્યને ખંડણી ભરતા રહે છે. સૂર્ય આપણી જીવનચર્યામાં કોઈ જાતની ટકટક કરતો નથી. ઘડિયાળની ટકટક આપણો કેડો છોડતી નથી. પ્રતિક્ષણ પજવતી આ ટકટક ઓછી હોય તેમ આપણે ટકોરા પડે તેવી ઘડિયાળ ડ્રોઇંગરૂમમાં લટકાવીએ છીએ. એટલુંય ઓછું હોય તેમ ઓશીકા પાસે ઍલાર્મ ઘડિયાળ ચાવી આપીને મૂકીએ છીએ. એક જીવંત અસ્તિત્વને જગાડવા માટે તદ્દન નિર્જીવ ચીજની જરૂર પડે એ પણ આપણા ગતિશીલ જીવનની એક કટાક્ષિકા જ ગણાય. ઘડિયાળની ટકટક શિયાળાની રાતના ઠંડા સૂનકારમાં પોતાની જાત બતાવે છે. ઊંઘની ગોળી અને ઘડિયાળની ટકટક વચ્ચે જબરી ખેંચાતાણી ચાલે છે. ઘડિયાળની ટકટક જીતી જાય ત્યારે પાસે બેઠેલા કોઈ નસીબદાર માણસનાં નસકોરાંનો અવાજ જાગતા પડેલા માણસમાં જબરી અદેખાઈ જન્માવી જાય છે.

આજના સમયમાં ગાઢ નિદ્રા નસીબદાર માણસોને જ આવે છે. કેટલાકને અરબન સીલિંગ (શહેરી ટોચમર્યાદા)ની આંટીઘૂંટી રાતના સૂવા નથી દેતી. કેટલાકને રાત્રે પણ ઑફિસ વળગેલી રહે છે. પરદેશમાં ઋતુની ચર્ચા દ્વારા વાત શરૂ કરવાનો રિવાજ છે. એ રીતે કોઈ ગેસ્ટ હાઉસમાં સવારે નાસ્તાના ટેબલ પર બે વી. આઈ. પી. મળે ત્યારે "તમને ઊંઘ બરાબર આવેલી ?", એમ પૂછીને વાતો શરૂ કરવાનો રિવાજ પડી ગયો છે. "મને કાલે રાત્રે સરસ ઊંઘ આવી ગઈ" એવું પણ જાણે એક સમાચાર આપતા હોય એ રીતે કહેવામાં આવે છે. ઊંઘ આવે એ જ્યારે સમાચાર બને ત્યારે ઊંઘની ગોળી તદ્દન સામાન્ય ઘટના બની રહે છે.

બે પ્રકારના માણસો છે. એક વર્ગ એવો છે જેણે જાગવા માટે પ્રયત્ન કરવો પડે છે. બૂમ પાડીને થાકો ત્યારે માંડ જાગે. બીજો વર્ગ એવો છે કે જેણે ઊંઘવા માટે પુરુષાર્થ કરવો પડે

છે. મચ્છરદાનીની આસપાસ અટવાતા મચ્છરોનું સંગીત પણ એમને ઊંઘવા નથી દેતું. જરા સરખું બહાનું મળે એટલે એમની ઊંઘ એમને છોડીને ચાલી જાય છે. પડખાં બદલાતાં રહે છે પણ પરિસ્થિતિ બદલાતી નથી. આપણો જી. એન. પી. (ગ્રૉસ નૅશનલ પ્રોડક્ટ) વધતો જાય છે તેમ આ બીજા વર્ગના લોકોની સંખ્યા વધતી જાય છે. કામના દબાણને લોહીના દબાણ સાથે જબરી દોસ્તી છે.

એક ત્રીજો નાનકડો વર્ગ પણ છે. આ વર્ગના ભાગ્યશાળી સભ્યો જ્યારે ધારે ત્યારે બે મિનિટમાં જંપી જાય છે અને સવારે વહેલા સ્વેચ્છાએ જાગી જાય છે. તાજગીના સરોવર જેવો આવો એકાદ માણસ ક્યાંક ભેટી જાય છે ત્યારે એને પદ્મશ્રી આપવાનું મન થઈ જાય છે. આ જમાનાનું સૌથી મોટું પરાક્રમ પોતાની ઊંઘને જતન કરીને જાળવવી એ છે. મુદ્દલ ગુમાવીને વ્યાજ મેળવવા મથતા માણસોએ જ બ્લડપ્રેશરની શોધ કરી છે. 'ઊંઘવું' આમ તો અકર્મક ક્રિયાપદ છે. આપણાં શમણાં એને સકર્મક બનાવી મૂકે છે.

આપણી ઊંઘમાં જાગૃતિની અને આપણી જાગૃતિમાં ઊંઘની ભેળસેળ થયા કરે છે. આપણે ઊંઘતી વખતે પૂરા ઊંઘી નથી શકતા એટલે જાગતી વખતે પૂરેપૂરા જાગવાનું શક્ય પણ નથી. જમવા બેઠા હોઈએ ત્યારે થાળીમાં પડેલી અનેક વાનગીઓ સાથે ઑફિસ નામની વાનગી પણ હોય છે. ઑફિસમાં કદાચ આહારનું ચિંતન ચાલતું રહે છે. આપણું ઘર ઑફિસમાં અને આપણી ઑફિસ ઘરમાં ઘૂસી જાય છે ત્યારે ભેળસેળ વગરની શુદ્ધ તકલીફ શરૂ થાય છે. સંગીત સાંભળતી વખતે સંગીત અને આપણી વચ્ચે બીજાં અનેક સ્ટેશનો વાગતાં રહે છે. સવારે દાતણ કરીને ઊલ ઉતારતી વખતે રેડિયો પરથી બિસ્મિલ્લાખાનનું શહનાઈવાદન સંભળાયા કરે છે.

આપણું વિચારતંત્ર ન્યૂટન જેવું છે. એ ઈંડું બાફી રહ્યો હતો અને એમ કરવામાં કેટલો વખત લાગે તે જાણવામાં ઘડિયાળ જોતો હતો. કેટલીય વાર પછી એને ખબર પડી કે એ ઈંડું જોતો હતો અને ઘડિયાળ ઊકળતા પાણીમાં બફાઈ રહી હતી ! માત્ર બાવાનાં જ નહીં સંસારીઓનાં 'બેઉ' બગડી રહ્યાં છે.

□

૬

એક વૃક્ષ સાથે ભાઈબંધી

હેમંતની સવાર માણવી જ હોય તો મન કઠણ કરીનેય પથારી છોડવી પડે. સવારની ઠંડીમાં માણસને સ્ફૂર્તિનો અનુભવ નહીં થાય તો જ નવાઈ. વૃક્ષો તો એવી રીતે પવનમય બન્યાં છે જાણે ઠંડી છે જ નહિ. પક્ષીઓને ઠંડી ઘરકૂકડાં બનાવી દેતી હોય એવું નથી લાગતું. ઘરની હૂંફને બહાર અટવાતો વાયરો આપણી નજર ચૂકવીને ક્યારે ચોરી જાય તેની ખબર નથી પડતી. બહારની ઠંડી ભૂતપગલે ઘરમાં દાખલ થઈ જાય છે અને આપણી ગરમ શાલ તો જાણે ઠંડીગાર !

આવી સવારે હીંચકે બેઠોબેઠો સામે ઊભેલા વૃક્ષ સાથે ગોઠડી કરી રહ્યો હતો. એ વૃક્ષ સાથે છેલ્લાં પાંચ વર્ષથી મહોબ્બત થઈ ગઈ છે. આ વર્ષોમાં કોઈ પણ સ્વજન કે મિત્ર સાથે ગાળ્યાં હોય એના કરતાં વધારે કલાકો આ વૃક્ષ સાથે મેં ગાળ્યાં છે. આટલા પરિચય છતાંય મને હજી એની ભાષા સમજાતી નથી. ક્યારેક થોડા અણસારા સમજાય છે ખરા. સાચી વાત તો એ છે કે ભાષા વગર પણ અમારું કશું અટકતું નથી. વૃક્ષનું મૌન જ્યારે મારામાં સંક્રાંત થાય છે ત્યારે ભાષાની ખલેલ અનિવાર્ય નથી જણાતી. હવે ધીમે ધીમે હુંય ટેવાતો જાઉં છું અને કદાચ એ પણ ટેવાતું જાય છે. જીવનને અંતે બીજું કાંઈ નહિ તો વૃક્ષની માતૃભાષાના થોડાક શબ્દો હું પામી શકું તોય બસ છે. શબ્દોને પામવા માટેય નિ:શબ્દ થવું

પડે એવું હું વૃક્ષ પાસેથી શીખ્યો છું; પરંતુ વૃક્ષની શિખામણ ઝાંપા સુધીય પહોંચી નથી શકતી એનું દુઃખ ઓચિંતું જ મને સતાવવા માંડે છે. હવે એ દુઃખ પણ જાણે કોઠે પડી ગયું છે અને સુખની ભ્રમણા સાથે આબાદ ભળી ગયું છે.

પ્રમાણમાં ઓછા જાણીતા એવા યુવાન કવિ પ્રવીણ રાઠોડની પંક્તિઓ આ જ ભ્રમણાને સરસ રીતે વ્યક્ત કરે છે :

> ક્ષણ સમું રસ્તામાં હવે વાગતું નથી
> દર્દ ભીનું ભીનું કદી પણ જાગતું નથી
> ઘરની દીવાલ એટલી પરિચિત બની ગઈ
> ક્યારેય ખાલી હોઉં એવું લાગતું નથી.

જામનગરના આ આશાસ્પદ કવિનો કાવ્યસંગ્રહ "ગુલમહોરના સહવાસમાં" પ્રગટ થયો. દર્દના સંગ્રહાલય જેવો આ કવિ બીજે ઠેકાણે કહે છે :

> આંગળી ભરીને અમે ચાખ્યો અંધારને,
> ને સૂરજને દેશવટો દીધો
> કે જામ જિંદગીનો હળહળતો પીધો.
> લીલાં લીલાં દૃશ્ય ઊગે છે આંખમાં
> કે એમાંથી જળ નથી વહેતાં
> આંસુ મળે તો એને કહેજો
> કે સપનાનાં ઝાંઝવાં નથી રહેતાં.
> ચાંગળુ ભરીને અમે પી લીધી ભ્રમણાને
> ને સાચકને દેશવટો દીધો !

સૂર્ય ઊગી રહ્યો છે, સૂર્ય રોજ ઊગે છે એટલું જ નહીં, બધા દેશોમાં અને દુનિયામાં બધાં જ ગામોમાં એ વહેલોમોડો પણ ઊગે છે. ક્યાંક તો એ મધ્યરાત્રીએ પણ ઊગે છે અને આખું આકાશ વટાવવાને બદલે ટૂંકા રસ્તેથી ચાલતો થાય છે. આ એકનો એક સૂર્ય ઊગે ત્યારે જુદા જુદા ભાવ જગવી જાય છે. મોડા

ઊઠનારને એ ઉતાવળિયો જણાય છે. ઉનાળામાં એ આકરા અને આખાબોલા મિત્ર જેવો જણાય છે. હેમંતમાં એ દુઃખને ટાણે આપણી પડખે ઊભા રહી જતા સ્વજન જેવો જણાય છે. ધ્રુવપ્રદેશમાં એ ચલચિત્રના 'હિરો' જેવો અને રણપ્રદેશમાં એ ખલનાયક જેવો જણાય એમ પણ બને !

સૂર્ય પ્રત્યે આ વિશ્વગ્રામનો રહેવાસી ભાગ્યે જ સૂરજમુખીની વફાદારી નિભાવતો હશે. એક વૃક્ષ સાથે ભાઈબંધી બાંધવા માટે જીવન ટૂંકું પડે છે !

☐

૭

આત્મૌપમ્ય

મેંદીની વાડની એક નાજુક ડાળખી પર તણખલાંઓનું ગૂંથણ કરી બુલબુલ પક્ષીએ માળો બાંધ્યો છે. ઈંડાનું કોચલું તોડીને પાંખો ફફડાવતું પ્રત્યેક બચ્ચું પ્રોબેશન બેસિસ પર પોતાનું જીવન શરૂ કરે છે. ઈંડાનું કોચલું બધી રીતે ઍરટાઈટ હોવા છતાં અંદર જીવન ધબકતું રહે છે અને યોગ્ય સમયે બધાં બંધનો તોડીને સાક્ષાત્ વિસ્મય આકાશની વિશાળતાના સંપર્કમાં આવે છે. આપણું ઘર અને ઘર માટેનો પ્રેમ આપણને લાખો વરસોના વારસામાં મળ્યાં છે એમ કહી શકાય. સિંહવાઘ જેવાં વન્ય પ્રાણીઓની ગુફાવૃત્તિ આપણા લોહીમાં હજી વહે છે. વાંદરા (શાખામૃગ)નો વૃક્ષપ્રેમ હજીય આપણામાં ઊછળે છે. વિહંગની માળો બાંધવાની વૃત્તિ (nest-building tendency) આપણામાં હજી જીવે છે. ઉત્ક્રાંતિની લાખો વરસોની જન્માંતરયાત્રાનાં સૂક્ષ્મ સ્મરણોનું પોટલું લઈને માણસ જન્મે છે. આવી નૃવંશશાસ્ત્રીય સ્મૃતિ (Anthropological memory)ને કારણે ઘરમાં આપણને સલામતીની લાગણીનો અનુભવ થાય છે.

માત્ર કુતૂહલવૃત્તિથી બુલબુલનો માળો અને માળામાં સચવાઈ રહેલાં ઈંડાં જોવા માટે વાડની નજીક જાઉં છું ત્યાં તો બુલબુલ મારા માથા પર ચકરાવો લઈને ચિત્કાર કરી મૂકે છે. માણસની માફક એ ગૃહપ્રવેશનો દાવો નથી માંડી શકતું. એનો અપત્યપ્રેમ

એક પરાયા પ્રાણીના ભયને કારણે વાડ પરના આકાશને ફફડાવી મૂકે છે.

રસિક ઝવેરીનું ફાંકડું પુસ્તક 'અલગારી રખડપટ્ટી' યાદ આવી જાય છે. એમને પરદેશ રહેવાનું થાય છે ત્યારે દૂરબીન લઈને વૃક્ષોમાં રહેતાં પંખીઓની સૃષ્ટિ કલાકો સુધી જોયા કરવાના શૉખવાળા માણસની વાત પુસ્તકમાં વાંચ્યાનું યાદ છે. મેંદીની વાડમાં એક નાની મજાની જીવસૃષ્ટિ ડાળખી પર ઝોલાં ખાતી રહે એની કલ્પના પણ સામાન્ય રીતે ન આવે.

નાળિયેરીને જોઈને આખું ને આખું કેરાલા આંખ સામે ખડું થાય છે. 'કેરલ' શબ્દનો અર્થ છે, 'નાળિયેર'. નાળિયેરીની વિશાળ વસાહતો જોવા માટે કેરાલા જવું પડે. ભારતના નકશાને ઉપલે મથાળે કાશ્મીર છે અને છેક નીચે કેરાલા છે. બંનેનું સૌંદર્ય અદ્ભુત છે. શ્રીફળ સાથેનો માણસનો સંબંધ ઘણો જૂનો જણાય છે. કોપરું નાળિયેરના સખત કોચલામાં સચવાઈ રહે છે. અંદર અમૃત જેવું પાણી અને બહાર મજાની ભગવી જટા ! ઈન્ડોનેશિયામાં પણ નાળિયેરની આ આંતરિક સંપત્તિને 'કોપરું' જ કહે છે. કોપરામાંથી કોપરેલ, કોપરાપાક અને બીજી અનેક ચીજો બને છે. નાળિયેરની સખત ખોપરી પરની ભગવી જટા અનાસક્તિના સંકેત જેવી જણાય પણ એમાંથી જ બંધનના પ્રતીક સમું દોરડું આપણને મળે છે. માણસે સદીઓ પછી દોરડાની શોધ કરી હશે. દોરડા વગરની દુનિયાની કલ્પના કરવી મુશ્કેલ છે. કાથીનું દોરડું પ્રગતિ કરતું જ રહ્યું છે. તાંબાના દોરડામાંથી સાક્ષાત્ શક્તિ વહેતી રહે છે. ટેલિફોનનાં દોરડાં આપણા શબ્દોને ક્યાંના ક્યાંય લઈ જાય છે. કૂવાની શોધ થઈ તે પછી જ દોરડાની શોધ થઈ હશે ને ? ઊંડી ખીણ પરથી પસાર થતા રોપ-વે (દોરડામાર્ગ) પર પાલખીમાં બેસીને પસાર થઈએ ત્યારે દોરડાની દાદીમા સમી નાળિયેરી તો યાદ પણ નથી આવતી.

માણસે હીંચકાની શોધ વડની વડવાઈઓ પરથી કરી હશે એવું મને સતત લાગ્યા કરે છે. વડનું આવું મજાનું સ્મારક ઘરમાં ઝૂલતું રહે છે. નાળિયેરીના આવા કોઈ સ્મારક વગરનું ઘર જડવું મુશ્કેલ છે. દાખલ થતી વખતે બારણા આગળ પડેલું પગલૂછણિયું ન હોય એવું ઘર ભાગ્યે જ જડે.

શહેરની એક મોભાદાર સોસાયટીમાં આવેલી મેંદીની વાડ પર બુલબુલે માળો બાંધ્યો છે. આવા સુંદર લત્તામાં માળો હોવાને કારણે બુલબુલનું સ્ટેટસ પણ વધી જતું હશે ખરું ? વાડ હોય ત્યાં વાડાબંધી હોય જ ને ! કાળ અને સ્થળની તમામ વાડાબંધી ઠેકીને મારી સાથેની જનમોજનમની દોસ્તીની યાદ બુલબુલ આપી ગયું. એક બુલબુલને આટલા આત્મૌપમ્યથી ક્યારેય જોયું ન હતું. મારા અને બુલબુલ વચ્ચેના આવા ખાનગી સંબંધની જાણ માત્ર આકાશને જ હતી.

□

૮

જાગિયે રઘુનાથ કુંવર

અંધારાનું મૌન વૃક્ષની ડાળીઓ પર શાંતિથી આંખો મીંચીને બેઠું હોય છે. પાછલી ખટઘડી પછી રાત જ્યારે અજવાળાને શરણે જવાની તૈયારી કરતી હોય ત્યારે પેલી ડાળીઓને મજાના ટહુકા ફૂટે છે. આષાઢ ગયો છતાં હજી કોયલના ટહુકાએ વિદાય લીધી નથી. સવાર પડે એટલે આસપાસનાં વૃક્ષોની ડાળીઓ પર સિમ્ફનીની શરૂઆત થાય છે. કોઈ 'જાગને જાદવા' ગાય કે ન ગાય પણ જાગી જવાય છે. ડાળીઓ પરથી વહેતા પરભાતી સૂર આપણા વાસી બેડરૂમમાં આવી પહોંચે ત્યારે આંખો ચોળીને ઊઠી ગયેલી તાજગી જિંદગીની કિતાબનું એક નવું પાનું ફેરવે છે. રોજરોજ માણસ નવો અવતાર ધારણ કરે છે. એક જીવનમાં કેટલા બધા પુનર્જન્મ !

રોજ સવાર તો પડે છે છતાંય ભાગ્યે કોઈ માણસ સાચા અર્થમાં જાગે છે. રોજરોજ જાગીએ તેય જાણે એ ક્રિયા આપણી ઘટમાળનો જ એક ભાગ ! સોનાની લગડી જેવો એક દિવસ કેવી ક્ષુલ્લક વાતોમાં વેડફાઈ જાય છે ! રોજમેળ લખનારો મહેતાજી પણ ક્યારેય આવું નથી વિચારતો. જીવનનો હિસાબ રાખનારા કેટલા ? માણસને જમા બાજુ પ્રત્યે જબરો પક્ષપાત હોય છે. સંસારમાં જ્યાં જુઓ ત્યાં 'જમા'ની જ બોલબાલા છે. અંગ્રેજીમાં તો જમા બાજુને 'ક્રેડિટ સાઈડ' કહે છે. નકામા માણસને લોકો

'ઉધાર માણસ' કહે છે. માણસ જેવો માણસ પણ ઉધાર ! ઉધાર બધી રીતે અપ્રતિષ્ઠિત છે.

ખરેખર શું જમા થઈ રહ્યું છે એ પ્રશ્ન બહુ પેચીદો છે. ઉધારના આશકોને જમાનો યાદ કરે છે. તુકારામે પોતાના અભંગ નદીમાં પધરાવીને શું મેળવ્યું ? રામની જગ્યાએ આજનો કોઈ નેતા હોય તો વનમાં જવાનું માંડવાળ કરીને એક નિવેદન બહાર પાડત. અયોધ્યાને બહારના શત્રુઓનો ભય હોવાથી વનમાં જવાનું રાષ્ટ્રના હિતમાં નથી એવું પ્રતિપાદન એમણે કર્યું હોત. એટલું જ નહીં પરંતુ મરનાર દશરથની પણ એ જ ઇચ્છા હતી એવી વાત નિવેદનમાં કરી હોત. સત્યનો ગજ રબ્બરનો બની જાય ત્યારે ભૂલ પણ સિદ્ધાંત બની શકે છે. ઉધારના આશકને સમાજ 'વેદિયો' કહે છે. આ શબ્દ 'વેદ' પરથી આવ્યો છે. વેદ જાણનાર 'ભણેલો' હોય પણ 'ગણેલો' ન હોય. જીવનમાં ભણતર અને ગણતર વચ્ચેનો સંઘર્ષ સદીઓથી ચાલ્યો આવે છે. બાળક જન્મે પછી તરત જ એનું વજન કરવામાં આવે છે. ગણતરની આ રીતે શરૂઆત થાય છે.

ગણેલા માણસો વધતા જાય છે. રિક્ષામાં મિત્ર સાથે મુસાફરી કર્યા પછી ઊતરતી વખતે તેમનો હાથ ખિસ્સામાં મોડો જાય છે અને જલદી નીકળતો નથી. ખરે વખતે એમની પાસે છૂટા નથી હોતા. આવા માણસો કોઈકને ત્યાં જાય ત્યારે ટેલિફોન પર કરવાનાં બધાં કામો કરી લે છે. સામેથી લાંબા અંતરનો ફોન કોઈએ જોડ્યો હોય તો નિરાંતે વાતો કરે પણ પોતે જોડ્યો હોય તો ટૂંકમાં પતાવે છે. આવા લોકો પાડોશીનું છાપું પાડોશી વાંચે તે પહેલાં વાંચી લે છે. આજનું છાપું આવતીકાલની પસ્તી છે એ વાત એમના ધ્યાન બહાર નથી હોતી. તેઓને મુખવાસ પણ બીજા ઘરનો હોય ત્યારે વધારે ભાવે છે. તેઓ મીઠાઈની દુકાને જાય ત્યારે જે મીઠાઈ ન લેવાની હોય તે પણ ઉઘાડું મન રાખીને ચાખે છે. ટ્રેઈનમાં જગ્યા મળે ત્યારે બને તેટલી મોટી પલાંઠી

૩

વાળીને બેસવાનું તેમને ગમે છે. માનવસંબંધોને તેઓ દ્રવ્યને ત્રાજવે જ તોલતા રહે છે. એમની દૃષ્ટિએ કેટલાક માણસો 'જમા' (કામના) હોય છે જ્યારે કેટલાક માણસો 'ઉધાર' હોય છે. 'જમા' માણસ કાળક્રમે 'ઉધાર' બની જાય અને 'ઉધાર' વળી 'જમા' બની જાય છે. કામ પત્યું એટલે એમનો સંબંધ પત્યો જ જાણવો. તેમનું સ્મિત એટલે જાણે હોઠોનો વ્યાયામ. એમની લાગણી એટલે સાગનું તાપણું અને કમોસમી માવઠું.

રોજ સવાર પડે ત્યારે પથારી છોડનારા સૌ જાગી ગયા છે એવું કહેવાની હવે આદત પડી ગઈ છે. ઉજાગરો કરનારો પણ જાગે છે એવું કહેવાય છે. નિશાળે જનારો 'ભણે છે' એમ કહેવાય છે. મંદિરે જનારો 'દર્શન કરવા જાય છે'- એમ કહેવાય છે. લાઇબ્રેરીમાં જનારો 'વાંચવા જાય છે' એમ કહેવાય છે. હરદ્વાર જનારો 'યાત્રાળુ' જ કહેવાય છે. રાજકારણમાં પડેલા સૌ 'સેવકો' જ ગણાય છે. આવી જ કોઈ આદતને કારણે કહી શકાય કે સવાર પડે ત્યારે આપણે 'જાગીએ' છીએ.

□

૯

ભગ્ન સ્વપ્નના ખંડિત ટુકડા

સવારનું છાપું ન આવે અથવા મોડું આવે ત્યારે અસુખ રહે છે. છાપું આવે પછી થોડી જ મિનિટોમાં એ પસ્તી બની રહે છે. ટી.વી. ઘરના ડ્રોઈંગ રૂમમાં દુનિયાભરની વાતો ઠાલવતું રહે છે. બેંગકોકમાં ચાલતી એશિયાઈ રમતો ઘરે બેઠાં જોવાનો રોમાંચ જેવો તેવો નથી. થોડા જ દિવસોમાં ટી.વી. ઘરના સામાનનો એક ભાગ બની જાય છે. થોડા જ દિવસોમાં નવા આવેલા રેફ્રિજરેટર પ્રત્યેનું આપણું વલણ ઠંડું બની જાય છે. મધુરજની માણી લીધા પછી પતિ-પત્ની વચ્ચેનું આકર્ષણ ટોચ પરથી તળેટી તરફ ઝડપભેર ઊતરતું રહે છે. આકર્ષણ આટલું તકલાદી ! પ્રાપ્તિ પહેલાં એ કેટલું સઘન જણાય છે !

રસાયણશાસ્ત્રમાં ઊર્ધ્વપાતન (સબ્લિમેશન) વિષે ભણાવવામાં આવે છે. કપૂર પડ્યું પડ્યું ઘનમાંથી સીધું જ વાયુ સ્વરૂપે અદૃશ્ય થઈ જાય છે. આપણા આકર્ષણની પણ આ જ દશા થાય છે. મનોવિજ્ઞાનમાં વળી આ જ શબ્દ 'ઊર્ધ્વીકરણ' (સબ્લિમેશન) અથવા 'આરોહણ'ના અર્થમાં વપરાય છે. મનોવિજ્ઞાનીઓ આપણી વૃત્તિઓ અને નૈસર્ગિક પ્રેરણાઓના આરોહણની વાત કરે છે. આમ આપણા આકર્ષણની સદ્ગતિ પણ થઈ શકે છે અને દુર્ગતિ પણ થઈ શકે છે. ક્યાં તો એનું ઊર્ધ્વપાતન થાય એટલે કે નષ્ટપ્રાય બને અથવા

તો એનું ઊર્ધ્વીકરણ કે આરોહણ થાય. પુષ્પ પ્રત્યેનું આકર્ષણ એને તોડી લેવામાં પરિણમે અથવા તો એના અત્યંત અલૌકિક સૌન્દર્યને દૂરથી માણતી વખતે એના સર્જનહારની કમાલ પર વિચારે ચઢી જવાય એમ બને. એક અમેરિકન કવિએ આપેલી સલાહ બાગમાંથી પુષ્પોને તોડીને તેનો કલગો બનાવીને સ્ટેજ પર મહેમાનને ધરી દેતા માણસોએ સમજવા જેવી છે. એ કહે છે :

જેની કને
ફૂલ પાસેથી
ડહાપણ ભેગું કરવાની શક્તિ છે
તેને સૌથી સુખી જાણવો.

ફૂલને તોડવાની ક્રિયા આકર્ષણનું પરિણામ હોય છે એ ખરું પરંતુ તે સાથે જે ઘડીએ એને હાથમાં લેવામાં આવે છે તે જ ઘડીએ આકર્ષણની ઘડીઓ ગણાવા લાગે છે અને કાઉન્ટ ડાઉન શરૂ થાય છે.

સૌંદર્યનો માલિક સૌંદર્યનું શબ લઈને ફરતો હોય છે. આંબાની વાડીનો માલિક આંબાને કેરીના ઉતાર પરથી મૂલવે છે. આંબાના સૌંદર્યને કેરીના વજન સાથે કશી જ લેવા-દેવા હોતી નથી. આ અર્થમાં આસોપાલવ એક 'નિષ્ફળ' (ફળ વગરનું) વૃક્ષ ગણાય. દુનિયામાં ક્યાંય આસોપાલવની વાડી નહીં જડે. આસોપાલવનું વૃક્ષ ગણતરીથી અભડાતું નથી. ઘરના આંગણામાં તુલસીક્યારો હોય છે. તુલસીનું ખેતર નથી હોતું કારણ કે હજી તુલસીને બજારની નજર નથી લાગી. બજાર એક જ કામ કરે છે. સૌંદર્ય જેવા ભાવવાચક નામને એ દ્રવ્યવાચક નામમાં ફેરવી નાખે છે.

સારું છે કે હજી નદી ઉપર ખાનગી માલિકી સ્થપાઈ નથી. કાલે ઊઠીને બિરલા જો નર્મદા નદી ખરીદી લે અને તાપીની હરાજીમાં તાતા મેદાન મારી જાય તો ! અમેરિકામાં ખાનગી

માલિકીનાં તળાવો જોયાં છે. મુંબઈમાં દરિયો પૂરીને જમીન બનાવવાનું કામ વર્ષોથી નરીમાન પોઈન્ટ પાસે ચાલે છે. કહે છે કે દરિયાની નીચેની જમીન પણ ખૂબ ઊંચે ભાવે આગળથી વેચાઈ જાય છે. આમ દરિયો જમીન બને તે પહેલા વેચાઈ ચૂક્યો હોય છે. ખાનગી માલિકીના ટાપુઓ હોય છે, વૃક્ષો હોય છે, જંગલો હોય છે અને તળાવો હોય છે. સૌંદર્યનો માલિક એક જ કામ કરે છે. પુષ્પને પીલીને એ એમાંથી અત્તરની શીશીઓ ભરતો રહે છે. આકર્ષણ અસ્પૃશ્યતા - નિવારણમાં માનતું નથી હોતું. એ તો લજામણીના છોડ જેવું હોય છે. વાદળોને વિમાનની માફક લૅન્ડિંગ કરવું પડે છે પણ તે માટે જંગલો હોવાં જોઈએ. જંગલોની હરાજી બોલાય છે ત્યારે વૃક્ષ એનું વૃક્ષપણું ગુમાવીને નર્યું લાકડું બની જાય છે.

ગાય વેચાતી લેતી વખતે એ કેટલું દૂધ આપે છે તેના પર એની મૂળ કિંમત અને વેચાણ કિંમતનો આધાર રહે છે. વાંકડો નક્કી કરતી વખતે પણ ભાવતાલ થાય છે. માણસ જેવા માણસના ભાવતાલ ! આકર્ષણને હરાજીમાંથી મુક્ત કરવાનું છે.

સૂર્ય મોડો પડે તો કદાચ પોસાય પરંતુ છાપું મોડું પડે ત્યારે માણસ થોડો બેચેન બને છે. આવા આકર્ષણનું નવસાર, કપૂર અને આયોડિનની માફક ઊર્ધ્વપાતન થતું રહે છે. પ્રકાશની માલિકી અંધકારની શી રીતે હોઈ શકે ! ચુંબકત્વ ગુમાવી બેઠેલા બે લોખંડના ટુકડાઓ વચ્ચે કોઈ આકર્ષણ નથી હોતું. આકર્ષણ વગર પણ તેઓ સાથે પડી રહે અને લાંબું આયુષ્ય ભોગવે એ જુદી વાત છે. ભગ્ન સ્વપ્નના ખંડિત ટુકડા લાંબું જીવે તોય શું ?

૧૦

તલવાર નહીં, મ્યાનનો ડર લાગે છે

જગતમાં ઘણાખરા લોકો શીશીના દેખાવ પરથી માથામાં નાખવાનું તેલ પસંદ કરતા હોય છે. સૌની પસંદગીમાં એને સાચવી રાખતા મજાના રંગબેરંગી કાગળના આકર્ષણનો ફાળો હોય છે. ટૅલ્કમ કે પછી ક્રીમ પસંદ કરતી વખતે ડબ્બીનો ઠસ્સો મોટો ભાગ ભજવી જાય છે. ચોપડીનું આકર્ષણ ચોપડીનું પૂંઠું વધારી મૂકે કે પછી ઘટાડી મૂકે છે. અત્યંત આકર્ષક પાનેતરમાં વીંટાઈને માંડવામાં દાખલ થતી કન્યાના સૌંદર્યમાં ફેર પડી જાય છે. ઊંચી હીલવાળી ચંપલ એ ઠીંગણી હોય તોય એના સૌંદર્યમાં થોડાક સેંટિમીટર વધારી આપે છે. એ હોય તેના કરતાં વધારે ગોરી દેખાય છે. એના વાળ હોય તેના કરતાં વધારે જથ્થાબંધ અને વધારે કાળા દેખાય છે. અસત્ય આપણા શ્વાસ સાથે વણાઈ ગયું હોય એવો વહેમ પડે છે.

હૉટેલમાં ગ્રાહકો જ્યાં બેસીને વાનગીઓ આરોગે છે ત્યાં નહીં પરંતુ 'નો ઍડમિશન'ની સૂચનાવાળા બારણાની પાછળ ખરું સત્ય રંધાતું હોય છે. ઉનાળામાં ઠંડાં પીણાંઓ આપણી તરસને ચગાવે છે. એ પીણાંઓ જે બાટલીમાં મળે છે તે બાટલીનાં 'વાઈટલ સ્ટેટિસ્ટિક્સ' એવાં હોય છે જેમાં ઓછામાં ઓછું પ્રવાહી સમાય. ઉનાળામાં આવી ઠંડી છેતરપિંડીને લોકો હોંશેહોંશે પાંચ-સાત રૂપિયા ખર્ચીને પીએ છે.

આ જમાનામાં જાહેરખબરો દ્વારા 'સત્યમેવ જયતે' નામની એક અફવા પર રોજ જબરદસ્ત આક્રમણ થતું રહે છે. જાહેરખબર આપણને કહે છે કે ફલાણું ટૂથપેસ્ટ આપણા દાંતને લોખંડના ચણા ચાવવા જેટલા મજબૂત અને ટિનોપોલથી ધોયેલાં કપડાં જેવા સફેદ રાખે છે. જાહેરખબર આપણા શરીરમાં લોહતત્ત્વ ખૂટે ત્યારે શું કરવું તે કહે છે. આપણું માથું દુઃખે ત્યારે શું કરવું એની ચિંતા કરવાવાળા કેટલા બધા લોકો હોય છે ! આપણી શરદીમાં જગતને આટલો બધો રસ છે એ જાણીને ઘડીભર એમ થાય કે હવે તો શરદી થાય તો સારું; જેથી પત્ની છાતી પર, ગળા પર અને પીઠ પર કશુંક ચોપડી શકે અને સવારે ઊઠીએ ત્યારે શરદી ગાયબ ન થઈ હોય તોય આપણે હસી શકીએ.

થોડા દિવસો પર જ એક પ્રથમ પંક્તિના અભિનેતાને મળવાનું થયું. જાહેરાતમાં એ જે સિગારેટ પીતો બતાવવામાં આવે છે તેને બદલે બીજી જ સિગારેટ પીતો મેં એને નજરે જોયો છે. ચિત્ર-તારિકાનો મનપસંદ સાબુ તો કોઈ બીજો જ હોય છે. જાણીતી અભિનેત્રી મેરિલિન મનરોને કોઈકે ચામડીની સંભાળ તે કેવી રીતે રાખે છે તે અંગે પૂછેલું. તેણે કહેલું કે દૂધની મલાઈ ચોપડીને તે ચામડી સુંવાળી રાખે છે.

આજે ખરી જરૂર ચલચિત્રો પર નહીં પરંતુ જાહેરખબરો પર સેન્સરશિપ મૂકવાની છે. આજનો માણસ જાહેરખબરનો ગુલામ બન્યો છે. એના ઘણાખરા નિર્ણયો એના પોતાના નથી હોતા. જાહેરખબરમાં ઝેરને અમૃત તરીકે ખપાવવાની તાકાત રહેલી છે. જાહેરખબરો દ્વારા નવીનવી જરૂરિયાતો પ્રયત્નપૂર્વક ઊભી કરવામાં આવે છે. જાહેરખબરો એક જ કામ કરે છે. ખરેખર તો માણસ છે એટલે માર્કેટની જરૂર પડે છે. જાહેરખબરમાં એથી ઊલટું બને છે. માર્કેટ ઊભું કરવા માટે માણસને વાપરવામાં આવે છે. અસત્ય, જાહેરખબર દ્વારા એટલું તો રમણીય બનીને આપણી સમક્ષ આવે છે કે એનાથી આપણે લગભગ પરાજિત થઈ જઈએ છીએ.

ભાગ્યે કોઈ જાહેરાત સુંદર સ્ત્રી વગરની હોય છે. પુરુષના વપરાશની ચીજો અંગેની જાહેરખબરમાં પણ સ્ત્રીના ફોટા હોય છે. દાઢી કરવા માટે કઈ બ્લેડ વાપરવી તે પણ પુરુષની સુંવાળી દાઢી પાસે ઊભેલી મુલાયમ ચહેરાવાળી સ્ત્રી કહે છે. કેટલીક મીલોમાં બનતા કપડામાંથી તૈયાર થયેલો પોશાક પુરુષમાં રહેલા સિંહને વ્યક્ત કરે છે અને પેલી તકલાદી રમણી, અવ્યક્ત સિંહને પ્રેમ કરતી બતાવવામાં આવે છે. ખરેખર તો એ રમણીમાં મરેલા સિંહની ચામડી પર હાથ ફેરવવાની હિંમત હોય છે કે કેમ એ પ્રશ્ન છે.

અસત્ય એટલું તો કોઠે પડી ગયું છે કે સત્ય જીરવવું મુશ્કેલ બની ગયું છે. ચોરનો ધાક લાગે ત્યારે માણસ ચોરસો ઓઢી લે છે અને ચોરસો પોતાનું રક્ષણ કરશે એવો ભ્રમ સેવે છે. સાચું બોલવાનું શરૂ કરીએ તો જીવનને અંતે આપણી પાસે એકાદ મિત્ર પણ બચે કે કેમ એ પ્રશ્ન છે. સાચું જ બોલવાના સોગંદ લેવાય તો માણસે કેટલી વાર પરણવું પડે !

માણસ કેટલી વાર આપઘાત કરે ત્યારે સચ્ચાઈપૂર્વક જીવી શકે ? શૅમ્પુની બાટલી એટલી તો રૂપાળી હોય છે કે એમાં શું છે તે જાણવાની પણ જરૂર નથી જણાતી. એ બાટલી વાપરનાર મૂર્ખ શી રીતે હોઈ શકે ? તલવાર તો ઠીક, હવે મને મ્યાનનો ડર લાગે છે.

□

૧૧

પ્રકાશના પરિચયમાં અંધારાનો ફાળો

વલોણું એ માણસે કરેલી એક અગત્યની શોધ છે. એ શોધ સમુદ્રમંથન જેટલી જૂની છે. કહે છે કે દેવો અને દાનવોએ અમૃત મેળવવા સમુદ્રમંથન કર્યું. સમુદ્રના મંથન માટે મંદરાચલ પર્વતનો રવૈયો બનાવ્યો. સમુદ્રમંથનને કારણે અમૃત સાથે વિષ પણ નીકળ્યું. આ વિષ શંકરે પીધું. એને પરિણામે એમનો કંઠ નીલ રંગનો બની ગયો. શંકરને તેથી 'નીલકંઠ' જેવું મજાનું નામ મળ્યું. શંકરની મહાનતા વિષના સ્વીકારમાં રહેલી છે.

ક્યારેક એવું લાગે છે કે સંસારી બનવામાં સાધુ બનવા કરતાં વધારે હિંમતની જરૂર પડે છે. ક્યારેક માણસો સંસારથી કંટાળીને સાધુ બને છે. પલાયનવાદી કદી સાચો ગૃહસ્થ બની શકતો નથી. ગમે તેવી મુશ્કેલીમાં પણ 'ગૃહ' ન છોડે તેને 'ગૃહસ્થ' કહી શકાય. પ્રત્યેક ગૃહ મહાભારતની વાર્તામાં પ્રખ્યાત બનેલું લાક્ષાગૃહ પણ બની શકે છે. મહાભારતના સભાપર્વમાં મયદાનવની વાત આવે છે. કહે છે કે આ મયદાનવ ચીન દેશનો હતો. ખાંડવવન બાળવામાં આવ્યું ત્યારે એ અર્જુનની કૃપાથી બચી ગયો હતો. આ ઉપકારનો બદલો વાળવા એણે પાંડવો માટે એવું સભાગૃહ બનાવ્યું જે બધી રીતે અદ્‌ભુત હતું. એમાં જળ હોય ત્યાં સ્થળ અને સ્થળ હોય ત્યાં જળ દેખાય તેવી રચના હતી. આપણું ગૃહ આવું અદ્‌ભુત સભાગૃહ પણ બની શકે છે. આ

સભાગૃહમાં જ દ્રૌપદીએ દુર્યોધનને મહેણું મારેલું. દુર્યોધનને આ મહેણું એવું તો લાગી ગયેલું કે મહાભારતનું યુદ્ધ થઈને જ રહ્યું. સંસારમાં મહેણું મંથનમાંથી નીકળેલા વિષની ગરજ સારે છે. નાનકડું મહેણું સંસારમાં મહાભારતનું નિમિત્ત બની શકે છે. પત્નીએ તુલસીદાસને એવું તો મહેણું માર્યું કે તુલસીદાસને રૂંવેરૂંવે વૈરાગ્ય ફૂટી નીકળ્યો. આ મહેણાને પરિણામે પત્નીમાં આસક્ત અને સાપને દોરડું ગણનાર તુલસીદાસમાંથી ચિત્રકૂટ પર ચંદન ઘસનારા તુલસીદાસનો પુનર્જન્મ થયો.

ઘણી વાર એવો વિચાર આવે છે કે જેણે ક્યારેય પ્રેમમાં વિહ્વળ થઈને પોતાના પ્રિયતમની કે પોતાની પ્રિયતમાની પ્રતીક્ષા નથી કરી, એની સાથે મીઠો ઝઘડો નથી કર્યો, એને માટે આંસુ નથી સાર્યાં કે પછી વિરહની વેદના નથી અનુભવી એવી આજન્મ બ્રહ્મચારી વ્યક્તિના જીવનમાં કશુંક ખૂટે છે. પ્રિયતમાનો પ્રિયતમનો કે વિરહ શું એ જે ન સમજી શકે તે પ્રભુના વિરહની વેદનાને સમજે ખરો ? એ ભક્તિગીતો લખે તેમાંય ભલીવાર હોય ખરો ? વિચારવા જેવી વાત છે અને તે એ કે આપણા મોટા ભાગના ભક્ત કવિઓ અને ઘણીખરી ભક્ત કવયિત્રીઓ ગૃહસ્થી હતાં ! આપણે ત્યાં પ્રેમલક્ષણા ભક્તિનો મહિમા મોટો છે. નવ પ્રકારની ભક્તિ (નવધા ભક્તિ) ગણાવી છે. આ નવધા ભક્તિનો એક પ્રકાર છે, પ્રેમલક્ષણાભક્તિ. શ્રવણ, કીર્તન, સ્મરણ, પાદસેવન, અર્ચન, વંદન, સખ્ય, દાસ્ય અને આત્મનિવેદન એમ નવ પ્રકારે ભક્તિ થઈ શકે છે.

જરા ઝીણવટથી જોઈએ તો સમજાય કે સંસારમાં આ નવે નવ પ્રકારની ભક્તિ માટેની તાલીમ આબાદ મળી રહે છે. આવી નવધા ભક્તિ કરનારો સંસારમાં સફળ થાય છે અને જે સંસારમાં સફળ થાય તે સંસારને અસાર ગણવામાં પણ સફળ થઈ શકે છે. આમ કરવામાં સંસારમંથનમાંથી નીકળેલું વિષ મદદરૂપ થઈ શકે છે.

મીરાંએ સંસારને ખારો ગણાવ્યો પરંતુ સંસારનો અનુભવ લીધા પછી. નરસિંહ મહેતાએ 'ભલું થયું ભાંગી જંજાળ, સુખે ભજીશું શ્રીગોપાળ' એવું કહ્યું પરંતુ તે જંજાળમાંથી પસાર થયા પછી.

સંસાર પ્રત્યે શુદ્ધ સોના જેવો તાંબાના ભેગ વગરનો વૈરાગ્ય જન્મે તે માટે એક વાર સંસારી બનવા જેવું છે. એક વાર અડફટે ચઢેલો માણસ જ્યારે ઠેકાણે પડે છે ત્યારે એ સાચા રસ્તાને દૃઢતાથી વળગી રહે છે. જે ભૂલો જ નથી પડ્યો એ રસ્તાનું મહત્ત્વ શું સમજે ? સંસારસાગર તરી જવા માટે પણ એમાં થોડાંક ડૂબકાં ખાવાં પડે છે. ડૂબકાં ખાનારને પ્રાણવાયુનો પરિચય થાય છે તેટલો બીજાઓને નથી થતો. વિષપાન કર્યા વગર અમૃતનો પરિચય અધૂરો રહે છે. પ્રકાશનો પરિચય પામવામાં અંધારાનો ફાળો જેવોતેવો નથી હોતો.

□

૧૨

કુંભકર્ણ : આપણો ઇષ્ટદેવતા

ક્લૉરોફૉર્મને કારણે પ્રાપ્ત થતી બેહોશી અત્યંત ઉપકારક છે. દરદીની શસ્ત્રક્રિયા એને કારણે બિલકુલ કષ્ટ વગરની બને છે. બેહોશી પરમ સુખદ ઘટના જણાય છે. એનું નિમિત્ત ક્લૉરોફૉર્મ જ હોય એવું કશું નથી. જાગૃતિ અનેક સમસ્યાઓ ઊભી કરતી રહે છે. માણસ જેટલો જાગૃત, એટલી એની સમસ્યાઓ વધારે. જીવનનો ચોથો ભાગ ઊંઘવામાં જાય છે એ બહુ સારી વાત છે. જો ઊંઘની ભેટ આપણને ન મળી હોત તો દુનિયામાં સમસ્યાઓ માટે જગ્યા ઓછી પડત. ઊંઘની ગોળી એક જ કામ કરે છે, અને તે આ સમસ્યાઓને ગળી જવાનું. સમસ્યાઓથી બચવાનો એક અત્યંત લોકપ્રિય માર્ગ છે અને તે ઊંઘતા રહેવાનો. કુંભકર્ણ એ સમસ્યાવિહીન, બેહોશ અને કષ્ટમુક્ત જીવન જીવવા ઇચ્છતા માણસનો ઇષ્ટ દેવતા ગણાય. આ ઇષ્ટ દેવની પૂજા માટેની સામગ્રીમાં અફીણ, ગાંજો અને એલ.એસ.ડી. જેવી અનેક ચીજો ચલણમાં છે. પશ્ચિમના યુવાનોમાં કુંભકર્ણ ખાસ્સો લોકપ્રિય બની રહ્યો છે. હવે ન્યૂયૉર્કની ફૅશનને મુંબઈ આવતા માંડ થોડાક કલાકો થાય છે. બેહોશી આખા જગતને એક બનાવી રહી છે. જે કામ જાગૃતિ નથી કરી શકતી તે બેહોશી કરી રહી છે.

ચોવીસ કલાકની બેહોશી ચોવીસે કલાકનું સુખ આપે છે. જરાક કષ્ટ જેવું જણાય એટલે થિયેટરના અંધારામાં પેસી જવાનું.

થોડુંક અસુખ જણાય કે એકાદ કૉકટેઈલ પાર્ટી ગોઠવી દેવાની. માથું દુઃખવા માંડે તે પહેલા જ ઍસ્પિરિનની ગોળી લઈ લેવાની એટલે સરદર્દ તો શરૂ થાય તે પહેલાં જ ગાયબ. થોડીક બેચેની વરતાય એટલે ટી.વી. સૂંઘી લેવાનું. થોડોક થાક લાગે એટલે ચાનો કપ (ગામડાંમાં 'કૉપ' કહે છે) પી લેવાનો.

આ બેહોશી માણસને સર્વ પ્રકારનાં કષ્ટોથી બચાવી લે છે. વકીલને એ સાચું બોલવાના કષ્ટમાંથી બચાવી લે છે. સરકારી કર્મચારીને એ લાંચ લેતી વખતે થતા કષ્ટમાંથી બચાવી લે છે. અધ્યાપકોને એ નવું નવું વાંચવાના અને વિચારવાના કષ્ટમાંથી મુક્ત કરે છે. એક જમાનામાં વિદ્યાર્થીઓને બ્રાહ્મ મુહૂર્તમાં ઊઠીને (ચોટલી બાંધ્યા વગર) વિદ્યોપાસના કરવી પડતી. હવે એવું નથી. કેટલાક વિદ્યાર્થીઓ એવા છે જેઓ ભણવા સિવાયનાં તમામ કામો કરતા રહે છે. બેહોશી એમને વિદ્યાપ્રાપ્તિના ત્રાસમાંથી મુક્ત કરે છે. રાજકારણીઓને એ જ બેહોશી સેવા કરવામાં થતી પીડામાંથી મુક્ત કરે છે. વેપારીઓને પ્રામાણિકતાના સકંજામાંથી પણ બેહોશી જ મુક્ત કરે છે. પ્રકાશકોને સતત એક વાત સતાવે છે. દર વર્ષે લેખકોને આપવાની રૉયલ્ટી ભારે અળખામણી લાગે છે. આવે વખતે બેહોશી જ એમની વહારે ધાય છે.

હું દરરોજ ગીતા નથી વાંચતો કારણ કે એ વાંચ્યા પછી જ ખરી તકલીફ શરૂ થાય છે. ગીતા મારી બેહોશી છીનવી લઈને મને દુઃખી કરી મૂકે છે. એ એક એવું પુસ્તક છે જેને કબાટમાં સંતાડી રાખવામાં જ શાણપણ છે. હું રોજ ધ્યાન પણ નથી કરતો કારણ કે ધ્યાન કરતી વખતે મનની અંદર રહેલો મેલ બહાર આવતો જણાય છે. કદરૂપી વ્યક્તિને અરીસો દુશ્મન જેવો જણાય છે.

ચોપાટી પર ભેળપૂરી વેચાય છે. એક દિવસ એ વાનગીઓ જ્યાં બને છે તે ઝૉંપડપટ્ટીમાં જવાનું થયું. બસ, બેહોશી ગાયબ ! તેથી તો લોકો કહે છે, 'દેખવું નહીં ને દાઝવું નહિ.' ભેળપૂરી

ખાવાની મજા ગુમાવીને શું મેળવ્યું ? તેથી તો યુવાનો હવે એક ગીત ગાય છે, ‘રાત કો ખાઓ પીઓ, દિનકો આરામ કરો.’ રાતનો એક ગુણ છે : રાતે ગંદકી દબાઈ જાય છે.

માણસ બેહોશીમાં સાચું બોલે છે અને જાગૃતિમાં જૂઠું બોલે છે. તાવમાં લવારા કરતી વખતે માણસ પોતાની પ્રિયતમાનું નામ લેતો રહે છે. અને પત્ની તો (મીઠું મેળવીને) ઠંડા પાણીનાં પોતાં પતિના કપાળ પર મૂકતી રહે છે. દારૂના નશામાં માણસ ઘણી સાચી વાતો કહી દે છે. આપણું અચેતન મન કદી અપ્રામાણિક નથી હોતું. એમ કહેવાય છે કે કૅમેરા કદી જૂઠું નથી બોલતો. આ વાત આપણા અચેતન માટે ખૂબ જ સાચી છે. ફ્રૉઈડે તેથી જ સ્વપ્નવિશ્લેષણ પર ભાર મૂક્યો હતો ! માણસને ઓળખવાનો ખરો ઉપાય એનાં શમણાંને સમજવામાં રહેલો છે. માણસ જેવો છે, તેવો એનાં શમણાંમાં છતો થઈ જાય છે. આપણે સવારે જાગીએ ત્યારે કેળનાં પાન પરથી ખરી પડતાં ઝાકળબિન્દુઓની માફક આપણાં શમણાં ખરી પડે એ જ ઠીક છે.

એક આરબ સૈનિકને કોઈએ છાતીમાં તીર માર્યું. એ ત્યાં જ ઢળી પડ્યો. તીર કાઢવામાં અતિશય કષ્ટ થાય તેવું હતું. એના મિત્રોએ કહ્યું : “હમણાં તીર કાઢવું નથી. સાંજ ઢળે ત્યારે નમાજ પઢતી વખતે તીર કાઢી લઈશું, એને ખબર પણ નહીં પડે.” સાંજ પડી ત્યારે સૈનિક આખરી નમાઝ પઢવા માટે તૈયાર થયો. આખી જિંદગી એણે બંદગી કરતી વેળાએ કેળવવાની બેહોશી પ્રાપ્ત કરી હતી. એ બેહોશી જ એના જીવનની કમાણી હતી. છાતીમાંથી મિત્રોએ ક્યારે તીર કાઢી લીધું એની એને તો ખબર પણ ન પડી. હા, જાગૃત મિત્રોને એ બંદગીની સ્થિતિમાં ક્યારે અલ્લાનો પ્યારો થઈ ગયો એની ખબર જરૂર પડી. ક્લૉરોફૉર્મ પણ જાતજાતનાં હોય છે ને !

□

૧૩

તલવારની ધારદાર નિખાલસતા

કહેવાતો નગ્ન માણસ પણ ખરેખર તો અવકાશ ઓઢીને ઊભો હોય છે. વસ્ત્ર ન પહેર્યું હોય એવા માણસને નગ્ન ગણવામાં કંઈક ભૂલ થતી હોય એમ લાગે છે. હવાનું, સૂર્યકિરણોનું, અંધકારનું કે પછી અવકાશનું આવરણ હોય તોય કોઈ માણસ નગ્ન શી રીતે ગણાય ? કોઈ નગ્ન થઈ શકે તે માટે આસપાસ બીજી કોઈ વ્યક્તિ હોવી જરૂરી છે. નગ્નતા, જોનાર વગર ટકી નથી શકતી. ફૅશન અને નગ્નતા બન્ને માટે સમાજ જરૂરી છે. રોબિન્સન ક્રૂઝો નિર્જન ટાપુ પર માત્ર દિશા ઓઢીને જ ફરે તોય નગ્ન ન ગણાય. જ્યાં જોવાવાળું કોઈ હાજર નથી પછી પ્રશ્ન જ રહેતો નથી.

કોઈ પેલા આંબાને નાગો નથી કહેતું. આંબો બસ આંબો હોય છે. રાતરાણી નગ્ન જ હોય છે. ગાય, ભેંસ, બકરી અને બીજાં સૌ પ્રાણીઓ, પક્ષીઓ અને જંતુઓ નગ્ન છે. માત્ર માણસ ઢાંકેલો હોય છે. કપડાં માણસનું સૌન્દર્ય વધારે છે ? કે પછી એની કુરૂપતા ઢાંકવાનું કામ કરે છે ? નગ્નાવસ્થામાં પણ સુંદર લાગે એવી વ્યક્તિઓ ઓછી હોય છે. માણસ આમ તો સ્વભાવે આવરણપ્રેમી રહ્યો છે.

પગને એ પગરખાં પહેરાવે છે. આંખને એ ચશ્માં પહેરાવે

છે. રસ્તા પર એ ડામર પાથરે છે અને અસત્ય પર દંભ પાથરે છે. દુર્ગુણને એ ઢોંગથી ઢાંકી દે છે, મડદાને એ કફનથી ઢાંકે છે અને ચોપડીને પૂંઠાથી ઢાંકે છે. ઈશોપનિષદમાં કહ્યું છે કે સત્યનું મુખ સુવર્ણપાત્રથી ઢંકાયેલું છે. આમ હજારો વર્ષ જૂની આ ઢાંકણવિદ્યામાંથી જ વસ્ત્રનો જન્મ થયો જણાય છે.

આમેય નગ્ન સત્ય જીરવવું થોડું મુશ્કેલ છે. આનાવૃત સત્યને નગ્ન સત્ય કહે છે. ગંદા ગોદડાંને તેથી માણસ ચાદરથી ઢાંકી દે છે. જૂના જોડા પર પૉલિશ કરવામાં આવે છે. ઘડપણ ઢાંકવા લોકો હેર-ડાઈ વાપરે છે અને મોંમાં દાંતનું ચોકઠું ચઢાવે છે. આવા આપકમાઈના દાંત પોતાને વારસામાં મળેલા દાંત કરતાં ખૂબ જ ઊજળા અને દાડમની કળી જેવા હોય છે. તલવારને એ મ્યાન પહેરાવી રાખી મૂકે છે. એની ધારદાર નિખાલસતા એ જીરવી નથી શકતો. માથાના દુ:ખાવાને એ માત્ર એક ગોળીથી ઢાંકી દેવા મથે છે. કોઈ ગોળી માથાનું દુ:ખ મટાડતી નથી એ તો એ દુ:ખને થોડાક સમય માટે માત્ર ઢાંકી રાખે છે. આ જ રીતે પોતાની ઇજ્જતને ઢાંકવા માણસ દેવું કરે છે અને દેવાને ઢાંકવા ખોટો ઠઠારો કરે છે. મોટરને ગૅરેજ અને લાકડાને સનમાયકા ઓઢાડવામાં આવે છે. ખેતરો પર સિમેન્ટ કૉંક્રિટ પાથરીને ઍરપોર્ટ બનાવવામાં આવે છે. માંડવો બાંધીને એ આકાશને ઢાંકવાની ચેષ્ટા કરે છે. માણસનો ‘તરણા ઓથે ડુંગર’વાળો શોખ બહુ જૂનો છે.

બારણું વાસી દઈને ઘરને, બારી પર પડદો પાડીને સૂર્યને, અને મંદિરો બાંધી દઈને ભગવાનને ઢાંકી દેવામાં આવે છે. ધનને તિજોરીમાં અને વાસીપણાને રેફ્રિજરેટરમાં ઢાંકી દેવામાં આવે છે. તપેલીને માણસ અંદરથી કલાઈ કરે છે અને બહારથી કંટેવાળો કરે છે. દીવાલોને રંગવામાં આવે છે અને ફર્નિચરને પૉલિશ કરવામાં આવે છે. ગુનાને ક્યારેક એકાંત પહેરાવી દેવામાં આવે

છે. ચેતનાને જડતા વડે અને જડતાને ગતિ વડે ઢાંકી રાખવામાં આવે છે. અંદરની અપર્યાપ્તતા (inadequacy)ને ખોટી બડાશ દ્વારા અને લઘુતાને ઠઠારા દ્વારા સંતાડી રાખવી પડે છે.

ઊંઘને શમણાં દ્વારા અને જાગૃતિને આસક્તિ દ્વારા ઢાંકેલી રાખવામાં આવે છે. નદીને પ્રદૂષણ દ્વારા અને શિક્ષણને પરીક્ષા દ્વારા ઢાંકી દેવામાં આવે છે. હોઠોને લિપસ્ટિક અને ફિક્કા ગાલોને પાઉડર પહેરાવવામાં આવે છે. તડકાને ગૉગલ્સ દ્વારા, શાંતિને લાઉડસ્પીકર દ્વારા, લગ્નના ઉત્સાહને ખોટા ખર્ચ દ્વારા અને હૂંફાળા માનવ સંબંધોને ઔપચારિકતા દ્વારા ઢાંકી રાખવામાં આવે છે. અંગ્રેજીમાં to wear a smile (સ્મિત પહેરવું) એમ કહે છે. ઘણા લોકો સ્મિતનો મેઈક-અપ કરે છે.

આટલી સીધીસાદી વાત ન સમજનાર સૉક્રેટીસને ઝેરનો પ્યાલો પીવો પડ્યો, ઈસુને વધસ્તંભે ચઢવું પડ્યું અને ગાંધીએ બંદૂકના બંધનને ફગાવીને નાસી છૂટેલી ગોળીનો ભોગ બનવું પડ્યું. જ્યાં વાણી, વર્તન, પાણી, જમીન અને સઘળો વ્યવહાર પ્રદૂષિત હોય ત્યાં ભેળસેળ વગરનું સત્ય એટલું તો એકલું પડી જાય છે કે ટકી રહેવા માટે પણ એણે ભોંય ભેગા થવું પડે છે.

આવું ભોંયભેગું થયેલું સત્ય પણ યુગેયુગે ફરીથી પૃથ્વી પર ઊગતું જ રહે છે. 'સત્યમેવ જયતે' સૂત્ર આ અર્થમાં આશ્વાસક છે. એ લાંબી ધીરજ માગી લે છે કારણ કે સત્ય ચાલુ ખાતામાં નહિ, પરંતુ ફિક્સ્ડ ડિપૉઝિટ ખાતે જમા થતું રહે છે.

□

૧૪

અળસિયું

મકાન (હાઉસ) અને ઘર (હોમ) વચ્ચે તફાવત હોય છે. હજારો વર્ષ જૂની આ ઘર નામની ઘટના માનવજીવનને રળિયામણું બનાવતી રહી છે. યુદ્ધ થાય ત્યારે મકાનો તેમનાં તેમ રહે તોય અનેક ઘર ખતમ થતાં હોય છે. આગ લાગે ત્યારે મકાન બળી જાય તોય ઘર બચી જતું હોય છે. એક સારા મકાનમાં સારું ઘર વસે જ એવું કોઈ ખાતરીપૂર્વક કહી શકે નહીં. ક્યારેક તૂટેલી છાપરીવાળી ઝૂંપડીમાં ભર્યુંભાદર્યું એક ઘર કિલ્લોલતું હોય છે.

ઘરમાં હવે બહારથી બધું ઠલવાતું જ રહે છે. નળ વાટે જે પાણી આવે છે તે કેટલાય કિલોમીટર દૂરના વારિગૃહને ઘરભેગું કરી મૂકે છે. કૂવામાંથી કે નદીમાંથી ઘડીભર ઊંચે જઈ બેઠેલું પાણી ઘરની ગાગરમાં ઠલવાતું રહે છે. દૂર દૂરથી તારનાં દોરડાં પર દોડી આવતી વીજળી ઘરમાં ઠલવાતી રહે છે. પછી તો એ વીજળી મૂળ ક્યાંની એ જાણવાની પણ જરૂર નહીં. ટેલિવિઝન તો ઘરમાં આખા થિયેટરને ખડકી દે છે ! સ્વિચ દાબો એટલે પડદો જીવતો થયો જ સમજો. સેટેલાઈટો દ્વારા આખી દુનિયાનો ચિતાર ડ્રોઈંગરૂમમાં રજૂ થશે. રેડિયો તો આખા ઘરને નભોવાણીથી ખીચોખીચ ભરી દે છે. પછી પણ જો અવાજ માટે ઘર નાનું પડે તો વધેલો અવાજ આપણે પાડોશીને ઘરે પહોંચાડી દઈએ છીએ.

ઘરમાં વીજળીથી ચાલતી એક રૂપાળી ઘંટી બજારની ફ્લોરમિલને ઘરમાં આણી મૂકે છે. એક જમાનામાં આપણા જ ઘરની હાથઘંટી બજારમાં જઈને બેઠી હતી. હવે એ યંત્રવત્ પાછી આવી ગઈ છે. ઘરનું રેફ્રિજરેટર ધ્રુવપ્રદેશને અને હીટર તડકાને ઘરના એક ખૂણામાં ગોઠવી દે છે. છત પર ફરતો પંખો વગડાના વાયરાને આપણી તહેનાતમાં લાવી મૂકે છે. સીવવાનો સંચો 'દરજી' નામની એક સંસ્થાને ઘરગથ્થુ ચીજ બનાવી મૂકે છે. ટેઈપરેકૉર્ડર ધ્વનિને અને કૅમેરા દૃશ્યોને આપણાં કહ્યાગરાં બનાવી દે છે. ટેલિફોન દ્વારા તો દૂર દૂરના મિત્રો અને અમિત્રો હાજરાહજૂર !

ઑસ્ટ્રેલિયાના એક પ્રોફેસર મિત્રે મને ખાદીનો નૅપ્કિન બતાવેલો. એ એણે પોતાને ઘરે રાખેલી ફોલ્ડિંગ સાળ પર જાતે વણ્યો હતો. અંબરચરખો અને આવી પેટીમાં પૅક થઈ શકે એવી સાળ ઘરમાં હોય એટલે મોટી મિલ ઘરભેગી થઈ જાય.

હું ગોબરગૅસને આ સદીની એક મહાન શોધ ગણું છું, ઊર્જાની કટોકટીની જાગતિક (ગ્લોબલ) સમસ્યાનો ઉકેલ એમાં દેખાય છે. બારડોલીની સુરુચિ વસાહતમાં વર્ષોથી કુટુંબો સૂર્યકૂકરમાં રાંધેલું ભોજન ખાય છે. ભારતને એક બાજુ અણુ-રિઍક્ટર અને બીજી બાજુ ગોબરગૅસની એકસાથે જરૂર છે એવું અણુશક્તિ પંચના અધ્યક્ષ ડૉ. શેઠના કહેતા.

એક અમેરિકન મિત્રે સુંદર ભેટ મોકલાવી. હોલૅન્ડના ઘરની એક પ્રતિકૃતિ મારા ડ્રોઈંગરૂમમાં મૂકવા એણે મોકલી છે. એ ઘર પર નાનકડી પવનચક્કી લગાડેલી છે. પછી તો એ પવનચક્કીઓ ઍમ્સ્ટરડૅમ ગયો ત્યારે નજરે જોવા મળી. ગોબરગૅસમાં પ્રકાશ, બળતણ અને ખાતર એમ ત્રણે બાબતો સચવાઈ જાય છે એ મોટી વાત છે. ગાય જીવતી રહે અને સરસ રીતે જીવે એવું ઇચ્છવા માટે હિંદુ હોવાનું જરૂરી નથી. બળદનું મહત્ત્વ આઈનસ્ટાઈન સમજતા હતા. એણે સર સી. વી. રામનને આ અંગે ખાસ સંદેશો પાઠવ્યો હતો.

વીસમી સદીનો નહીં પરંતુ એકવીસમી સદીનો કોઈ કોડવર્ડ હોય તો તે હશે 'વિકેન્દ્રીકરણ.' સત્તાનું, ઊર્જાનું, ધનનું અને આવાસનું વિકેન્દ્રીકરણ માણસના પ્રફુલ્લનની પૂર્વશરત છે. મુંબઈમાં ચર્ચગેટ પર મળસકે પાંચ વાગ્યે ચાલતી વખતે માણસને લાગે કે એ જાણે સડકનો માલિક છે. એ જ સડક પર સવારે દશ વાગ્યે એ અળસિયું બની જાય એટલી ભીડ હોય છે. કેન્દ્રીકરણ માણસને મોટામસ શહેરનું એક કાર્યરત અળસિયું બનાવી મૂકે છે.

ટ્યુનિશિયાને દરિયાકાંઠે આવેલા એક શહેરમાં એક અનોખો કાયદો અમલમાં આવ્યો છે. એ શહેરમાં કોઈ પણ ઘર શહેરના ઊંચામાં ઊંચા વૃક્ષથી ઊંચું ન હોઈ શકે એવો કાયદો છે. આ કાયદો પણ કેટલો કાવ્યમય છે ! અમુક મીટરથી વધારે ઊંચું મકાન ન બાંધી શકાય એવો જડ કાયદો પણ થઈ શક્યો હોત; પણ કાયદાને વૃક્ષ સાથે સાંકળી લેવામાં રસિકતાનો ભાવ જણાય છે. દુનિયાભરમાં આવો કાયદો થવો જોઈએ એવું નથી લાગતું ?

ઘર ભલે નાનું હોય. એકવીસમી સદીમાં ઘર નાનું હશે, પરંતુ તેમાં આખી દુનિયાના પવનોની અવરજવર હશે. એ ઘર નાનું હશે પણ એમાં રહેનારને ઢગલેઢગલા આકાશ, તડકો અને પવન મળી રહેશે. એ ઘર નાનું હશે પરંતુ એને વૃક્ષોનો અને પક્ષીઓનો સથવારો હશે. આવાં ઘરો જોવાં હોય તો પોંડિચેરી જઈને આંતરરાષ્ટ્રીય નગર ઓરોવિલના નાના આવાસો જોવા પડે.

એકવીસમી સદી માટે તૈયાર રહીએ. એ હવે આવી પહોંચી છે. બે હજાર વર્ષોમાં ન થયા હોય એટલા ફેરફારો વીસ વર્ષમાં થઈ રહ્યા છે. જીવનને આરે આવી પહોંચેલા આદમીને પણ પેવેલિયન ભેગા થતાં પહેલાં થોભી જવાનું મન થાય એવી સદી આવી રહી છે. આનંદનું ઉપસ્થાન મકાન નહિ, ઘર છે.

□

૧૫

પૃથ્વીને નમકીન બનાવતા સાગરો

રૉબિન્સન ક્રુઝોની વાર્તા એ ડેનિયલ ડેફોની એક ભવ્ય કલ્પનાનું ફરજંદ ગણાય. અજાણ્યા ટાપુ પર એકલા રહેવાનું એને ભાગે આવી પડ્યું. એકધારા એકાંતથી અને દરિયાના એકધારા અવાજથી એ કંટાળ્યો હશે. સતત ભીડમાં જીવતા આદમી માટે એકાંત જેવું બીજું ટૉનિક મળવું મુશ્કેલ છે. દર વરસે કંઈ નહીં તો બે-ચાર દિવસો માટે પણ રૉબિન્સન ક્રુઝો જેવી જિંદગી મળી જાય તો ! લગભગ અશક્ય ગણાય એવી આ આકાંક્ષા મનમાં સંઘરી રાખવાનું ગમે છે. ખરી વાત તો એ છે કે રૉબિન્સન ક્રુઝોને માથે પડેલું સઘન એકાંત જીરવવાની આપણી તૈયારી પણ નથી હોતી. આવું એકાંત એ કાચો પારો જ ગણાય. આવા એકાંતમાં સામાન્ય માણસ તો છળી જ મરે.

આખો મહોલ્લો જંપી જાય અને આપણા ગૃહરાજ્યનાં તમામ પ્રજાજનો પથારી ભેગાં થાય પછી જાગતા રહીને એક જુદા પ્રકારનું એકાંત માણવાની તક ઇચ્છા રાખનારાને મળી રહેતી હોય છે. આવી વખતે અંધારું પરમ મિત્ર બની રહે છે. અંધારામાં આંખોનું મૌન સહજસાધ્ય બની રહે છે. અજવાળામાં આપણી આંખો, સનેપાત થયો હોય એમ, સતત મટકું મારતી રહે છે અને જોવા જેવું તથા ન જોવા જેવું બધુંય જોતી રહે છે. ભેળસેળ વગરનું અંધારું આંખ પર મોટો ઉપકાર કરતું હોય

છે. જીવનભર અંધારું એક જ કામ કરે છે અને તે છે પ્રકાશનો મહિમા વધારવાનું. પ્રકાશ પણ અંધકારનું સૌંદર્ય જ સતત સંકોરતો રહે છે. અજવાળું ખૂબ બોલકણું હોય છે. અંધારું સ્વભાવે જ ઓછાબોલું હોય છે. આમ ઓરડામાં અંધારું ઓઢીને ઘડીભર બેસી રહેવામાં આંખ અને કાન બંનેને જબરી રાહત મળે છે. આવું અંધારું જાગ્રતપણે માણ્યા પછી ઊંઘ આવે તે પણ ટૉનિકની ગરજ સારે છે.

દરિયાકિનારે એક ઘર હોય અને દરિયા તરફની બાજુ ખુલ્લી હોય ત્યારે પવન કેવો મન મૂકીને, પોતીકો બનીને સંકોચ વગર ઘરમાં આવ-જા કરે છે ! ઘરની ઓસરીમાં ખાટલા ઢાળીને સૂઈ જાઓ ત્યારે માંડ અડધો ફર્લાંગ છેટે ઊછળતાં મોજાં જોતા રહો અને એકધારો ધ્વનિ સાંભળતા રહો. નારગોળના દરિયાકિનારે આવો લહાવો મળ્યો.

દરિયો સતત ક્રિયાશીલ રહે છે. ચોવીસે કલાક એ busy રહે છે. ચોવીસ કલાકમાં બે વાર ભરતી અને બે વાર ઓટ એમ ચાર વખત એ પોતાનો ગિયર બદલે છે. ભરતી ને ઓટ વચ્ચે ગજબની સમજૂતી જોવા મળે છે. ભરતી પોતાના ગર્ભમાં ઓટને સાચવી રાખે છે અને ઓટ એ ભરતી માટેની જ તૈયારી હોય છે. પૂનમ અને અમાસે દરિયો ખરેખરા મૂડમાં હોય છે. તે દિવસોએ એનો ઉમંગ જ જુદો. દરિયો હમેશાં બેચેન હોય છે. ભરતી કે ઓટ એ બંને અવસ્થામાં દરિયાની બેચેની જ વ્યક્ત થાય છે. એકેય પળ એવી આવે જ્યારે દરિયો ભરતી કે ઓટ બંનેથી મુક્ત રહે ? આવી પળ ચોવીસ કલાકમાં ચાર વખત આવતી હશે. અક્ષયતૃતીયા (અખાત્રીજ) એ દરિયાનો સૌથી મોટો વાર્ષિકોત્સવ ગણાય. તે દિવસે દરિયો ખરેખરા મૂડમાં આવી જાય છે.

કહે છે કે દરિયો પોતાની મર્યાદા ઓળંગતો નથી. પવન ક્યારેક ચઢામણી કરે અને દરિયો બધું જ ભાન ભૂલે ત્યારે, આંધ્રમાં

મચી ગયેલો એવો હાહાકાર મચી જાય છે. "ભયાનાં ભયં ભીષણં ભીષણાનાં" (તું સૌથી વધુ ભયંકર અને ભીષણ છે) એ શબ્દોમાં ભગવાનની સ્તુતિ કરવામાં આવી છે. ભગવાનનું વિરાટ સ્વરૂપ જોઈને અર્જુન પણ છળી મરેલો. આમ ભગવાન પ્રત્યેની પ્રીતિ પણ ભય સાથે જોડાયેલી છે. ભય અને પ્રીત વચ્ચેનો સંબંધ માણસની ઉત્પત્તિ જેટલો જૂનો છે. આ જ સ્તુતિમાં પછીની પંક્તિમાં ભગવાનને પરમ રક્ષક (રક્ષણં રક્ષણાનામ્) એમ કહીને એક મોટો મસકો મારી દેવામાં આવ્યો છે. દુનિયાની સઘળી ખુશામતની શરૂઆત ભગવાનની સતત સ્તુતિ કરનાર ભક્તોએ કરી છે. ખુશામત એ ભયની દીકરી છે અને લાલચની પરમ સખી છે. ભગવાન પાસે ભય અને લાલચ વગર જનારા ભક્તો કેટલા ?

મહાસાગરો આખી પૃથ્વીને નમકીન બનાવે છે. સંસાર ખારો છે એમ કહીને સંતોએ એની ઉપેક્ષા કરી છે. મીરાં કહે છે : "મુખડાની માયા લાગી રે મોહન પ્યારા" પછી કહે છે : "મુખડું મેં જોયું તારું સર્વ જગ થયું ખારું." આવું કહેતી વખતે જગત પ્રત્યે એક ઉપેક્ષાભાવ વ્યક્ત થાય છે. 'જગત ખારું છે' એમ કહેવા કરતાં 'જગત નમકીન છે' એમ કહેવામાં આપણું વિધાયક વલણ વ્યક્ત થાય છે. દરિયો શીખવે છે કે ભરતી અને ઓટનો સહજ સ્વીકાર એ જ જીવન જીવવાની કળાનો પ્રથમ પાઠ છે. જીવનમાં સુદ અને વદનો તથા અમાસ અને પૂનમનો સહજ સ્વીકાર કરવો સહેલો નથી. એ અંગે લખવું અઘરું નથી.

૧૬

દીઠું મેં ગામડું જ્યાં

વૈશાખનો આકરો તાપ હતો. પવન પડી ગયો હતો એટલે મહેનત ન કરીએ તોય પરસેવાના રેલા ઊતરે એવી સ્થિતિ હતી. આખો વગડો સમસમીને નાછૂટકે શાંતિ જાળવીને પડી રહ્યો હતો.

રસ્તાની પાસે જ એક નાનું ખાબોચિયું હતું. એ ખાબોચિયાનું પાણી ડહોળું હતું. રોજ એમાં એક ભેંસ ત્રણ-ચાર કલાક પડી રહેતી. એ ખાબોચિયામાં પડતી ત્યારે પાણી ખૂબ જ ડહોળું બની જતું. પાણીમાં પડી પડી એ અનેક જાતની જળક્રીડાઓ કરતી. આર્કિમિડિઝનો તરતા પદાર્થનો નિયમ જાળવીને કલાકો સુધી પડી રહેવામાં ભેંસને એક જુદા જ પ્રકારનો આનંદ આવતો. એ ખાબોચિયામાં પડી હોય ત્યારે આખું આકાશ એની આંખોમાં સમાઈ જતું. બળબળતી બપોર પણ ઘડીભર થંભી જતી.

ખાબોચિયા આગળથી ઘણા લોકો પસાર થતા. પસાર થનાર હળપતિ હોય કે રાષ્ટ્રપતિ, ભેંસ તો પોતાની મસ્તીમાં નિરાંતે પડી રહેતી. એની કાળી કાળી ચામડી પર લગભગ એ જ રંગના કાદવના થર જામતા. ખાબોચિયાનો ઉપયોગ ભેંસ ક્યારેક ટૉઈલેટ તરીકે પણ કરતી. પસાર થનારા અનેક લોકોને રસ્તા પર ફેલાતી હળવી દુર્ગંધનો અનુભવ પણ થતો. ભેંસ લોકોથી ટેવાઈ ગઈ હતી અને લોકો ખાબોચિયાથી અને એ ખાબોચિયામાં પડી રહેતી ભેંસથી ટેવાઈ ગયા હતા.

આવી કાળી કાળી ભેંસ કપાસ જેવું સફેદ દૂધ આપતી. એ ખાબોચિયામાંથી નીકળીને માલિકને ઘરે જતી ત્યારે પણ એના આંચળ પર કાદવ વળગેલો જ રહેતો. ભેંસનો માલિક દૂધ દોહીને એક મોટી તપેલીમાં ભરી લેતો. તપેલીમાં દૂધ રેડતાં પહેલાં એ થોડુંક પાણી ઉમેરતો. એ પાણી પેલા ખાબોચિયાના પાણી કરતાં પ્રમાણમાં ચોખ્ખું રહેતું કારણ કે ગામ પાસેથી જતી નહેરમાંથી એ લાવવામાં આવતું. માલિક અને ભેંસ બંને એ જ પાણી પીતાં હતાં.

ભેંસના માલિક પાસે બે મજાના બળદો પણ હતા. બળદની ગમાણની પડખે જ ભેંસની ગમાણ આવેલી હતી. માલિક બળદને રોજ સવારે ઘાસ નીરતો અને બળદને ખાતાં જે વધે તેને ભેંસની ગમાણમાં નાખી દેતો. આવા વધેલા સેકન્ડહેન્ડ ઘાસને એ 'ડૂચું' કહેતો. ગામના ઊંચ વરણના લોકો ભેંસના પાટીદાર અને પાણીદાર માલિકને ક્યારેક મજાકમાં 'ડૂચો' કહેતા પરંતુ એ સૌ એની કાળી કાળી ભેંસનું ધોળું ધોળું દૂધ પ્રેમથી પીતા.

એક વાર દેશની પંચવર્ષીય યોજના છેક ગામ સુધી આવી પહોંચી. ગામલોકોને પીવાનું ચોખ્ખું પાણી મળશે એવી જોરદાર અફવા ગામના છાપરે છાપરે ફરી વળી. ગામમાં કૉલેરા, મરડો અને કમળા જેવા ત્રણે રોગો ભાઈબંધી કરીને કાયમ પડી રહેતા. ગામમાં એક દાક્તર હતા. તેઓ દવામાં જે પાણી વાપરતા તેય માત્ર ચોમાસામાં ભરેલી રહેતી પેલી નહેરમાંથી જ આવતું.

રોગથી ઘણાં લોકો મરી જતાં પણ એ મરણનો અપજશ પેલા ખાબોચિયાને ભાગ્યે જ મળતો. ગામમાં એક મંદિર હતું. એ મંદિરની બરાબર સામે એક મોટો ઉકરડો હતો. ગામનાં બાળકો કાયમ ત્યાં હાજતે બેસતા. ઉકરડાથી કંટાળેલી માખી ક્યારેક મંદિરે પહોંચી જતી અને દેવને માથે ચઢેલા ફૂલ પર જઈ બેસતી. માખી જીવનભર દુર્ગંધ અને સુગંધ વચ્ચેનો શટલકૉક બની રહેતી.

ગામલોકોને માખીની આ જન્મસિદ્ધ ટેવનો ઝાઝો ખ્યાલ ન હતો. એ જ માખી ક્યારેક રસોડામાં શિખંડ પર પણ બેસતી. સૌ માખીથી ટેવાઈ ગયાં હતાં.

ગામમાં મચ્છરો પણ ઘણા હતા. ગામનો વાણિયો ગલ્લા પર બેસે ત્યારે એના ઉઘાડા પગ પર જઈને એક મચ્છર બેસી રહે. વાણિયાને ખ્યાલ આવે કે તરત જોરથી એ પગને એક થપાટ મારતો. આમ થતું ત્યારે બે જ શક્યતાઓ રહેતી; ક્યાં તો મચ્છર સ્કાયલૅબ પડે તે પહેલાં ઊડી જાય કે ક્યાં તો દબાઈ જાય. બચી ગયા પછી મચ્છર શરીરના બીજા કોઈ પર્વત પર ફરીથી બેસી રહે. આમ કાયમ ચાલ્યા કરતું.

ઓરણીનું કામ બપોર સુધી ચાલ્યું. ખેતરમાં જ બપોરે ધણિયામાએ ઘરેથી પહોંચાડેલા રોટલા ખાઈને છનિયો પેલા ખાબોચિયાને કિનારે આવ્યો. એમાં ભેંસ ન હતી. ઘણા વખતથી કોઈ ખલેલ નહોતી પહોંચી એટલે ખાબોચિયાનું પાણી થોડુંક નીતર્યું હતું. છનિયાએ ખોબેખોબે એ પાણી પીધું અને ગામભણી ચાલવા માંડ્યું. છનિયો ચાલતો હતો અને એની સાથે પંચવર્ષીય યોજના પણ ચાલી રહી હતી. એ આગળ આગળ ચાલતો હતો અને યોજના એની પાછળ પાછળ ચાલતી હતી.

□

૧૭

ગીધનો આદર્શ જટાયુ

અગત્યના કાગળો જીવનભર સાચવી રાખવા પડે છે. અગત્યનો કાગળ એટલે એવો કાગળ જે કામ ન પડે ત્યાં સુધી નિરાંતે ઘરમાં પડી રહે અને કામ પડે ત્યારે જ અલોપ થઈ જાય. અગત્યના જીવનનું પણ ક્યારેક આવું જ બને છે.

બજારમાં ગયેલા માણસને ખબર છે કે પોતે શા માટે બજારમાં પહોંચ્યો છે. નોકરીએ ગયેલા માણસને ખબર છે કે પોતે શા માટે ઑફિસે આવ્યો છે. હૉટેલમાં બેઠેલા માણસને ખબર છે કે પોતે કયા પ્રયોજનથી હૉટેલમાં આવી પડ્યો છે. પોતે આ પૃથ્વી પર શા માટે આવ્યો છે એ અંગે માણસ ભાગ્યે જ વિચારતો હોય છે. આવું વિચારવાનું એણે નવરા સંતો પર છોડી દીધું છે. આવું વિચારવા માટે જરા જેટલો પણ સમય ન હોય એવો માણસ કામગરો ગણાય છે. કામદારને બે જ બાબતની જાણ હોય છે; વૈતરું અને વેતન. પ્રતિષ્ઠિત કામદાર તે, જેનું વૈતરું ઓછું હોય અને વેતન વધારે હોય. દરેક કામદાર સમક્ષ એક ધ્યેય હોય છે અને તે વૈતરું ઘટાડતાં જવાનું અને વેતન વધારતાં જવાનું. આવા તમામ નાનામોટા કામદારો જીવનજરૂરિયાતની ચીજોની ભાવસપાટી જળવાઈ રહે તેવું તો ઇચ્છે જ છે.

મને ઘણી વાર વિચાર આવે છે. માણસ હમેશાં વાણી-

સ્વાતંત્ર્યની વાતો કર્યા કરે છે. ખરી વાત એ છે કે એ મૌનનું સ્વાતંત્ર્ય ખોઈ બેઠો છે. ગળે ન ઊતરે તેવી આ વાત છે, પણ અનુભવે આપોઆપ સમજાય એમ બને. તમે જીભનો ઉપયોગ ન કરો અને એને જ મૌન કહી બેસો એ વાત જુદી છે. આપણું મૌન માત્ર આપણી જીભ જ તોડે છે એ ભ્રમ જલદી છૂટે તેવો નથી.

દર વર્ષે એક વાર કાંઈ નહીં તો એકાદ અઠવાડિયા માટે માણસે પોતાના જ ઘરમાં એકલા રહેવાનો અવસર ઊભો કરવો જોઈએ. પત્નીનું પિયર અને બાળકોનું મોસાળ આવી યોજનામાં ખૂબ જ મદદરૂપ થઈ શકે. આવી ગોઠવણનો, એકાંત ઉપરાંત એક બીજો લાભ પણ છે. જો પત્ની એકંદરે સારી હોય તો પતિને એનું મહત્ત્વ જરૂર સમજાય છે. વ્યક્તિનું મહત્ત્વ એની ગેરહાજરીમાં જ સમજવાની આપણી ટેવ ઘણી જૂની અને મજબૂત છે. પત્નીને પણ આવું એકાંત પામવાનો હક છે જ. પતિ પ્રવાસે જાય ત્યારે બાળકોને મોસાળ મોકલીને કશીક ગોઠવણ થઈ શકે. આવા એકાંતમાં કદાચ અગત્યનાં કામો કરતાં અનેકગણા અગત્યના જીવન વિષે વિચારવાનું થાય એમ બને.

હજારો વર્ષ જૂના સંસ્કારોથી મનને મુક્ત કરવાનું ખૂબ જ કઠણ છે. સમાજમાં બુશ-શર્ટ અને પૅન્ટ પહેરીને ફરતા સાધુચરિત માણસોના સંપર્કમાં આવવાનું બન્યું છે. એથી ઊલટું ભગવાં ઉપવસ્ત્ર પહેરીને બધી જાતના ધંધા કરનારા ધુતારાઓને મળવાનું પણ બન્યું છે.

રવિશંકર મહારાજ ક્યારેક ગીધની વાત કરે છે. ગીધ મરેલા શિકારની ઉજાણી કરે ત્યારે મડદાની અંદર પોતાની ચાંચ તો ખોસે જ છે પણ તેમ કરતી વખતેય પોતાની પાંખો પહોળી કરીને ફેલાવેલી રાખે છે. લોભી માણસ લગભગ ગીધની અદાથી ધનને આ રીતે પોતાનું બનાવીને સંઘર્યા કરે છે. વિનોબાએ

'ઈશાવાસ્યવૃત્તિ'માં એક મૌલિક વાત કરી છે. અંગ્રેજી શબ્દ 'ગ્રીડ' (લોભ) મૂળ 'ગૃધ્ર' (ગીધ) પરથી આવ્યો છે એવું વિનોબા કહે છે. આખું ઈશાવાસ્ય ઉપનિષદ માણસમાં રહેલા ગીધને સખણું રાખવા માટે રચાયું છે. એનો પ્રથમ મંત્ર ઉપનિષદોના બીજા કોઈ પણ મંત્ર કરતાં વધારે પ્રચલિત બન્યો છે :

> ઈશનું રાજ્ય છે આખું, જે જે આ જગને વિષે;
> ત્યાગીને ભોગવી જાણો, વાંછો મા ધન અન્યનું.

શુકલ યજુર્વેદનો ચાલીસમો અધ્યાય એ જ ઈશાવાસ્ય ઉપનિષદ છે. સામ્યવાદ, સમાજવાદ અને સર્વોદય વિચારમાં માનનારા સૌને સરખી રીતે ગમી જાય એવો આ મંત્ર છે. આ ત્રણે વિચારધારાઓ એક યા બીજી રીતે આપણામાં રહેલા ગીધને ઠેકાણે રાખવા તાકે છે. પ્રશ્ન એક જ છે : જો એક ગીધ માટે જટાયુ બનવાનું શક્ય હોય તો પછી માણસ માટે રામ બનવાનું અશક્ય ખરું ?

□

૧૮

મોસમ છલકે

ચોમાસામાં કાદવિયા રસ્તા ગરોળીના પેટ જેવા સુંવાળા બની જાય છે. સુંવાળપ આમે ભારે લપસણી હોય છે. વિજ્ઞાનમાં ઘર્ષણના નિયમો શોધાયા તેમાં લપસણા કાદવનો ફાળો રહેલો છે. આપણા રાજકારણીઓ ઘર્ષણમાં માને છે, પરંતુ તેઓ ઘર્ષણના નિયમો ભાગ્યે જ પાળે છે. એ લોકો વારંવાર લપસી પડે છે તેનું આ જ રહસ્ય છે. લપસી પડ્યા પછી એ લોકો તરત ઊભા થઈને ચાલવા માંડે છે, જાણે કશું બન્યું જ નથી. ક્યારેક એમનાં વસ્ત્રોને વળગેલા કાદવ અંગે કમિશનો નિમાય છે. કમિશનો એક જ કામ કરે છે, વસ્ત્રોને જે કાદવ વળગ્યો છે તે કેટલો સાચકલો (genuine) છે તેની ચકાસણી કર્યા પછી એક રિપોર્ટ રજૂ થાય છે. સુકાઈ ગયેલો કાદવ વસ્ત્રો પરથી કાળક્રમે ખરી પડે છે અને રીઢો રાજકારણી ફરીથી કાદવ ખૂંદવા માંડે છે. પછી તો એ કમિશનની પકડમાં ન અવાય એ રીતે લપસતાં શીખી જાય છે.

ચોમાસામાં વરસાદ પડે છે પણ એની છટા (સ્ટાઈલ) બદલાતી રહે છે. આ છટાઓ મુખ્યત્વે ત્રણ પ્રકારની હોય છે. મોસમનો પ્રથમ વરસાદ ભારે ધૂમધડાકા સાથે અને ગાજવીજના ચમકારા સાથે તૂટી પડે છે. એની છટા શિવના તાંડવનૃત્ય જેવી હોય છે. એનો આશય પોતાના પ્રભાવથી પૃથ્વીને અભિભૂત કરી

દેવાનો હોય છે. એની અદા પ્રેક્ષકોને આંજી દેવા માટે જોરજોરથી બોલતા દેશી નાટક સમાજના સંવાદો જેવી જણાય છે. પ્રિયતમા પર છાપ પાડવા માટે પૌરુષનું પ્રદર્શન કરતા હિંદી ચલચિત્રોના નાયકની માફક એ આવે વખતે થોડી ઓવર ઍક્ટિંગ પણ કરી લે છે. આમ કરવાથી એનો હેતુ પાર પડે છે એય ખરું. ધરતીનું હૃદય પોચું પડી જાય છે અને ઝાઝા વિલંબ વગર એ વરસાદના બાહુપાશમાં જકડાઈ જાય છે.

બહુ નાચ્યા પછી એ થોડો થાકે છે અને એનો ઉધમાત શમી જાય છે. એ એકધારો બેઠો વરસે એને લોકો 'હેલી' કહે છે. પોતાની એકધારી રવાલ ચાલ વડે ઘૂઘરમાળ ખખડાવતા બળદોની છટાનાં દર્શન અહીં થાય છે. નવવિવાહિત યુગલ થોડા સમય પછી આકર્ષણ અકબંધ હોવા છતાંય એક પ્રકારની સ્વસ્થતા પ્રાપ્ત કરે એમ ઠરેલપણે એ વરસતો રહે છે. આ ઠરેલપણાને કારણે લાંબી દોડના કોઈ હરીફની માફક એ જલદી થાકતો નથી અને દિવસો સુધી વરસ્યા કરે છે. બિચારો ખેડૂત આથી ખાસ્સો અકળાય છે. એ વરસાદ અટકે અને વરાપ થાય તો વાવણી કરી શકાય એવી ચિંતામાં પલળતો રહે છે.

શ્રાવણનાં સરવરિયાં વળી જુદી જ છટા લઈને ચાલ્યાં આવે છે. ઉધમાત શમી ગયો હોય છે તે તો ઠીક પરંતુ પેલી સ્વસ્થતાય હવે પ્રૌઢી પ્રાપ્ત કરે છે. કથકનો નૃત્યકાર પોતાની જગ્યા પર ઊભો રહીને પગની ઘૂઘરી ખખડાવ્યા કરે એ રીતે ઝરમરતો રહે છે. પ્રસન્ન દાંપત્ય માણતા યુગલ વચ્ચે સ્મિતના માધ્યમ દ્વારા પ્રેમની અવરજવર થતી રહે, એ રીતે એ ધરતીને ભીંજવતો રહે છે.

મોસમ છલકે ત્યારે હૈયું મલકે નહીં એ કેમ બને ? લોકો પલળ્યા વગર વરસાદને માણવા માટે ટેવાઈ ગયા છે. પલળ્યા વગર પ્રેમ કરવાનું અને પ્રેમ પામવાનું શક્ય નથી જણાતું. સ્નાન

કરીને ઘરના ચોકમાં ઊભેલી નવયૌવના જેવું સ્વચ્છતા અને સ્ફૂર્તિની વ્યાખ્યા સમું વૃક્ષ મારા આંગણામાં ઊભું છે. વર્ષોથી એને જોતો રહ્યો છું છતાં આજે એ જુદું જુદું લાગે છે. કદાચ વૃક્ષ તો જેવું છે તેવું જ છે પરંતુ બે પળ માટે મારામાં જ કોઈ પરિવર્તન આવી ગયું જણાય છે.

વરસાદ પડતો હોય ત્યારે જેવા હોઈએ તેવા ને તેવા જ રહેવાનું જરા મુશ્કેલ છે. એ માટે તો રીઢા રાજકારણી બનવું પડે. વરસાદ વૃક્ષને ભીંજવી શકે અને માણસને ન ભીંજવી શકે એવું બને શી રીતે ? ભીંજાવાનું સૌના નસીબમાં નથી હોતું.

□

૧૯

સંપ્રસાદ

એકધારા સૌંદર્યનો પણ માણસને થાક લાગે છે. વર્ષાઋતુનું લીલુંછમ લાવણ્ય પણ લાંબે ગાળે થોડોક કંટાળો ઊભો નહીં કરતું હોય ? આપણી સંવેદનશીલતા ઓછી હોય તેથી થોડીક નિરાંત રહે છે. આવી નિરાંતને પરિણામે આપણને માત્ર ત્રણ ઋતુઓનાં લક્ષણો સમજવાની તકલીફ લેવી પડે છે. માણસ થોડોક વધારે સંવેદનશીલ બને એટલે છ છ ઋતુઓને અને પ્રત્યેક ઋતુની છટાને માણવા માંડે છે. પછી એને શરદ અને હેમંતના પવનમાં ફેર હોય એનો ખ્યાલ આવવા માંડે છે. હવે આ છ ઋતુઓ બાળકોને મોઢે હોય છે એ સાચું પરંતુ કઈ ઋતુ ક્યારે આવે છે અને ક્યારે જાય છે એની એને કે એના શિક્ષકને ખબર પણ નથી હોતી. બાર દેશી મહિનાઓ તો હવે માત્ર કૅલેન્ડરનો જ ગુણધર્મ બની ગયા હોય એમ લાગે છે.

બર્ટ્રાન્ડ રસેલે 'માંદગી' પર એક મજાનો નિબંધ લખ્યો છે. એમાં એ લખે છે કે માણસ પોતાની માંદગીની વાત કેટલી ગૌરવપૂર્વક કરે છે ! એને કોઈ પોતાની માંદગી વિષે પૃચ્છા કરે ત્યારે એ અંદરથી કેટલો હરખાય છે ! આ નિબંધનું મથાળું છે, "Pride in Illness". રસેલ લખે છે કે આપણી મોટર વારે વારે બગડી જાય છે એમ કહેવામાં એનો માલિક ગૌરવ નથી લેતો. એ જ માણસ પોતાની તબિયત તકલાદી છે એવું વાતવાતમાં કહેતો

ફરે છે. નબળી પાચનશક્તિ એ કોઈ પણ નાજુક સ્ત્રીને માટે જાણે જરૂરી ન હોય !

વાતવાતમાં લોકોને શરદી થાય છે, વાતવાતમાં માથું દુ:ખે છે અને વાતવાતમાં ગૅસ ટ્રબલ રહે છે. ઘણા પોતાના બી.પી.નું જ ગાણું ગાયા કરે છે અને ઘણા તો કંઈ ને કંઈ ગોળી ગળતા જ રહે છે. દવા પ્રત્યે એમને જેટલો આદર હોય છે એટલો તો હવા પ્રત્યે નથી હોતો. પર્સમાં અનેક જાતની ગોળીઓ લઈને ફરતી સ્ત્રીઓ હોય છે. તેઓ પોતાને તો ઠીક પણ કોઈનેય કશુંક અસુખ જણાય એટલે પર્સમાંથી ગોળી કાઢીને ધરી દે છે. માંદગી સાથે અને એ રીતે આધુનિક દવા સાથે જોડાઈ ગયેલા ઠાલા ગૌરવનું આ પરિણામ છે.

ગામડાના લોકોમાંથી કોઈ માંદું પડીને શહેરની હૉસ્પિટલમાં દાખલ થાય ત્યારે એક બાબત જોવા જેવી બને છે. હૉસ્પિટલમાં ચા-પાણી અને નાસ્તા શરૂ થઈ જાય છે અને સંસાર ત્યાંય જામી જાય છે. જાણે એક પ્રસંગ આવ્યો હોય અને ઉત્સવ મનાવવાનો હોય એવું વાતારણ જામે છે. એ લોકો ડૉક્ટર સાહેબને સામે ચાલીને કહે છે : સાહેબ, તમે પૈસાની ચિંતા ન કરતા. ડૉક્ટરો આવા જ ગ્રાહકોની શોધમાં હોય છે.

પ્રત્યેક ઋતુ પોતપોતાનો સંપ્રસાદ લઈને ચાલી આવે છે. હેમંત ઠંડી લઈને ચાલી આવે છે. એ ઠંડી પણ એક માણવા જેવી ચીજ છે એટલું સમજી લેવું પડે. શરદ મજાની ચાંદની અને પ્રસન્ન શીતળતા લઈને ચાલી આવે છે. વસંત સ્નેહની સાથે કફ લેતી આવે છે અને મજાનો ટહુકો લેતી આવે છે. શિશિરની સવાર ગજબની પ્રસન્નતા લઈને ચાલી આવે છે અને વાયરો એ પ્રસન્નતાને ચોગરદમ ફેલાવતો રહે છે. ગ્રીષ્મની આકરી બપોરનું પણ આગવું સૌંદર્ય હોય છે અને એ પછીની રાત્રીનું કામણ પણ ઓછું નથી હોતું. વર્ષા તો સાક્ષાત્ અમૃતધારા લઈને ચાલી આવે છે. હજી

સુધી આ જગતમાં કોઈએ અમૃત જોયું નથી અને ચાખ્યું નથી. આ વાત મને સાચી લાગતી નથી. આપણે સૌ એ અમૃતને રોજરોજ પીએ છીએ. એવું અમૃત જ્યારે આપણા પર વરસતું હોય ત્યારે આપણા અસ્તિત્વને ખુલ્લું કરીને ઝીલવા જેટલી સંવેદનશીલતા આપણામાં હોય એટલે બસ.

વરસાદ બહુ પડે એટલે ખેડૂતને ચિંતા થવા માંડે. ખેતરમાં વરાપ થાય તો જ રોપણી કે વાવણી કરી શકે. વરસાદ પડે એ જેટલું જરૂરી છે તેટલું જ જરૂરી વરાપ થાય તે પણ છે. વર્ષા ગમે તેટલી સુંદર હોય તોય ક્યારેક એ સુંદરતાનો પણ માણસને થાક લાગે છે. પરિવર્તન જ સુંદરતાનું રહસ્ય છે.

આ વરસે ચોમાસું પેટ ભરીને માણ્યું. હવે વળી એક ખૂબ જ મજાની ઋતુ આવી રહી છે. હું શરદ પૂર્ણિમાની પ્રતીક્ષા કરી રહ્યો છું. થોડાક દિવસોમાં આખું ફળિયું રાસ-ગરબાની ધમાચકડીથી ગાજી ઊઠશે. ઋતંભરની સૌથી મોટી કૃપા છે આપણી વૈવિધ્યથી ભરેલી છ ઋતુઓ. એકધારા સૌંદર્યનો થાક ન લાગે તે માટે તે સતત બદલાતી રહે છે.

□

૨૦

વી. આઈ. પી.

જીવનનો મહિમા ગાતી વખતે આસ્તિક અને નાસ્તિક એકબીજાની અડોઅડ આવીને ઊભા રહી જાય છે. પ્રકૃતિવાદીઓ, વ્યવહારવાદીઓ, આદર્શવાદીઓ અને વાસ્તવવાદીઓ પણ પોતપોતાનાં દૃષ્ટિબિંદુઓ આગળ ધરીને આખરે તો જીવનની જ પ્રતિષ્ઠા કરતા રહે છે. અસ્તિત્વવાદીઓમાં આસ્તિક અને નાસ્તિક એમ બેઉ પક્ષના લોકો હોય છે. તેઓ ભગવાનના અસ્તિત્વ અંગે શાસ્ત્રાર્થ કરતા રહે છે પણ માણસના મૂળભૂત અસ્તિત્વ (being) અંગે તો બંને વચ્ચે કોઈ ખાસ મતભેદ જોવા નથી મળતો.

વર્ષો પહેલાં જ્યાં પોલ સાર્ત્રે પેરિસમાં ભાષણ કરેલું. એણે કહેલું કે અસ્તિત્વવાદ ભગવાન નથી એવું સાબિત કરવા માટે પોતાની શક્તિ વેડફી નાખવા નથી ઇચ્છતો. ભગવાન છે કે નહીં એ ખરો પ્રશ્ન નથી. અમે ભગવાનના અસ્તિત્વમાં માનતા નથી, પરંતુ તે સાથે એવું કહેવા માગીએ છીએ કે ભગવાન છે એ વાતની પાકી સાબિતી પણ માણસને પોતાની જાતથી બચાવી શકશે નહીં. માણસે ફરી પોતાની જાતને ખોળવી પડશે એ મૂળ વાત સમજી લેવાની છે.

આમ આપણા મૂળભૂત અસ્તિત્વનો આદર ભક્તો, જ્ઞાનીઓ, કર્મવાદીઓ અને નિરીશ્વરવાદીઓ રાતદિવસ કરતા રહ્યા છે. બધા

વિતંડાવાદોને અને બુદ્ધિભેદોને ઓગાળી નાખનારું જીવન રસાયણ હજી આપણી પાસે અકબંધ છે.

અને છતાં જીવન જેટલી બીજી સસ્તી ચીજ આ દુનિયામાં જડવી મુશ્કેલ જણાય છે. કમ્પુચિયામાંથી નાસીને થાઈલેન્ડમાં ભાગી આવેલા નિરાશ્રિતોની છાવણીમાં જીવન ધૂળમાં રગદોળાયા કરે છે. કારમી ભૂખે ત્યાંનાં લાખો આબાલવૃદ્ધોને મૃત્યુના હપ્તા બાંધી આપ્યા છે. માણસના મનમાં રહેલી આક્રમકતા એની આંગળીને ટેરવે રમતી થાય ત્યારે બંદૂકનો ઘોડો દબાય છે. બંદૂકનો ઘોડો રમતો-જમતો- છુટ્ટો થાય ત્યારે જીવન પેટ પકડીને ભાગે છે. બંદૂકની ગોળી જીવનનો પીછો નથી છોડતી. જીવનમરણ વચ્ચેની આવી સંતાકૂકડી છોડીને લાખો માણસો સરહદ વટાવીને બીજા કોઈ દેશમાં જઈ પડે અને એ લોકોની છાવણીમાં જીવન અને મૃત્યુ વચ્ચેની લાંબા ગાળાની હરીફાઈ શરૂ થાય છે.

ટ્રેનની બંને બાજુએ લટકીને જતા માણસ અને ઝડપથી પસાર થઈ જતા મોતના થાંભલા વચ્ચે માંડ દસબાર ઈંચનું છેટું હોય છે. મૃત્યુની લગોલગ રહીને એ એના ધારેલા સ્ટેશને પહોંચે છે અને પ્લૅટફૉર્મ પર એક મોટું ટોળું ઊતરી પડે છે.

મદ્રાસના બર્મા બજારની ફૂટપાથ પર એઠવાડ ખાઈને જીવતું ભિખારીઓનું ટોળું વર્ષોથી રાત્રે સૂઈ રહે છે. ફાઈવ સ્ટાર હોટેલોમાં વી. આઈ. પી.ઓ જમી રહે પછી જે હાઈ-કૅલરી એઠવાડ વધે તેના પર જીવતી ભિખારીઓની વસાહતો પર હજી ઝાઝું સંશોધન થયું નથી. નાત જમી રહે પછી એઠી પતરાળીઓ માટે ઝૂંટાઝૂંટ કરતું માનવટોળું જોયા પછી ભગવાન અંગે શાસ્ત્રાર્થ કરવાની રહીસહી હિંમત પણ ખલાસ થઈ જાય છે. એ બિચારો ક્યાંય આપણા જીવનમાં ખલેલ પહોંચાડતો નથી.

વારાણસીમાં વહેલી સવારે ગંગાસ્નાન કરવા જતી વખતે

સાઇકલરિક્ષા ચલાવનાર સાથે વાતોએ ચઢ્યો. ચિત્રકૂટના ઘાટ પર મકરસંક્રાંતિની ઠંડીમાંય માણસોની ભીડ હતી. રિક્ષાવાળાને મેં પૂછ્યું : “ભાઈ, તને ઠંડી નથી લાગતી ?” એણે જે જવાબ આપ્યો તે જીવનભર ભુલાય તેમ નથી. એણે કહ્યું : “ભાઈસાહેબ ! ઠંડી-ગરમી-વરસાદ એ બધું ધનવાનો માટે છે, અમારે માટે તો બધું જ સરખું !”

પછી ચૂંટણીનાં પરિણામોની વાત નીકળી. એ પૅડલ પર જોર કાઢતાં કહે, “આ દેશમાં બે જ પાર્ટીઓ છે, એક ગરીબોની પાર્ટી અને બીજી ધનવાનોની પાર્ટી.” ચાંદીના ભાવ વધે તોય જીવનનું મૂલ્ય નહીં જ વધે એવી વાસ્તવિકતામાં ચાંદીનો ચળકાટ નથી તોય ચાંદીનું ટકાઉપણું જરૂર છે. ભાવ અને અભાવ વચ્ચેની ખેંચતાણ ક્યારે મટશે ?

□

૨૧

એક મૂળભૂત અધિકાર

ભારતની ગરીબી પણ ભારે હઠીલી જણાય છે. એ ગરીબીનાં મૂળિયાં આપણી રીતરસમોમાં પડેલાં છે. એક કડિયાને કામ કરતો હોય ત્યારે જોજો. વધારેમાં વધારે રોજી લઈ ઓછામાં ઓછું કામ કેમ કરવું એ કસબ એણે બરાબર શીખી લીધો છે. ઘડિયાળી આપણી ઘડિયાળ રિપેર કરી આપે ત્યારે આપણે પાછા એને ત્યાં ટૂંક સમયમાં જઈએ એ માટે કંઈક બાકી રાખે છે. બસ સ્ટૅન્ડ પર બસ ઊભી રહેવાને બદલે પસાર થઈ જાય છે. જગ્યા હોય તોય કંડક્ટર બે ઘંટડી વગાડી મૂકે છે જેથી એ ટિકિટ ફાડવાની કડાકૂટમાંથી બચે. રેલવે સ્ટેશને ટિકિટબારી પર લાંબી કતાર હોય તોય અંદર બેઠેલો માણસ "હાથી ચલત હૈ અપની ગતમેં" - ઢબે પોતાનું કામ ધીમી ગતિએ ચાલુ રાખે છે. કોઈ વાર અકસ્માત થાય અને તાત્કાલિક સારવાર ખાતામાં જવાનું થાય ત્યારે તમને ભારતની ગરીબીનું રહસ્ય આપોઆપ સમજાઈ જશે. ત્યાં માત્ર વિલંબ તાત્કાલિક હોય છે. આ દેશની ઑફિસોમાં, ફૅક્ટરીઓમાં, યુનિવર્સિટીઓમાં રિસેસ સાથે પૂર્વગ અને ઉપસર્ગ બંને ભારે સિફતથી જોડાઈ જાય છે. રિસેસ પડે તે પહેલાં થોડો સમય રિસેસ માટેની તૈયારીમાં વીતે છે અને રિસેસ પૂરી થાય પછી એનો હૅન્ગઓવર પણ ઠીકઠીક રહે છે.

ક્યારેક લાગે છે કે કોઈ પણ દેશમાં આળસુ અને અપ્રામાણિક પ્રજાને પોતાની ગરીબી સાચવી રાખવાનો મૂળભૂત હક હોવો જોઈએ. આવી પ્રજા પર સમૃદ્ધિ લાદવાનો કોઈને હક નથી. ઉત્પાદન વધાર્યા

વગર અને હડતાળો કે કામચોરી ઘટાડ્યા વગર સમૃદ્ધ થવાની તરકીબો અંગે આજે દેશમાં મોટા પાયા પર જાણે સંશોધન ચાલી રહ્યું છે. જો એનાં પરિણામો સારાં આવશે તો અગ્નિ એશિયાના બીજા અનેક દેશોને એક નવી જ દિશા સાંપડશે. આપણી ગરીબી શિયાળામાં ખૂબ મોડી ઊઠે છે અને ઉનાળામાં બપોરે નસકોરાં બોલાવે છે. સ્વરાજ્ય પછીનાં પિસ્તાળીસ વરસ તો આપણે આળસ મરડવામાં વિતાવી દીધાં ! શિયાળામાં જાગી ગયા પછી પથારી છોડવામાં જ અડધો કલાક તો નીકળી જાય છે. હવે આપણે જાગી તો ગયાં છીએ પણ હજી પથારી છૂટતી નથી. શમણાં આવે છે ઊંઘતી વખતે, પરંતુ ઊંઘતા માણસનાં શમણાં એ જાગે તે વગર સિદ્ધ થતાં નથી. આપણાં શમણાં પથારીની હૂંફ છોડીને બહાર આવવા તૈયાર નથી.

આ દેશમાં જેને એક બાટલી દૂધ નથી પોસાતું તે પણ ગમે તેટલા પૈસા ખરચીને લઠ્ઠો તો પીવે છે. જેને એક કેળું ખરીદવાનું પોસાતું નથી એ ગમે તેમ કરીને એનાથી મોંઘી સોપારી તો ખરીદે છે. માખણ અને ફળ ન લઈ શકનારો ઝૂંપડાવાસી મજૂર પણ બીડીઓ તો તાણી જ શકે છે. બે ટંકનાં ફાંફાં હોય એવો મજૂર પણ લગ્ન વખતે માંડવે લાઉડસ્પીકર મૂકે છે. દીકરાને એક સારી ચોપડી ન આપી શકનારો બાપ થિયેટર પર કાળા બજારની ટિકિટ ખરીદતી વખતે વિચાર નથી કરતો.

એવા કેટલાય લોકો છે જે દૂધ વગર ચલાવી લે છે, પણ કિમામ કે વિશિષ્ટ પ્રકારની તમાકુવાળા માવા સિવાય આંધળા ભીંત થઈ જાય છે. ગામોગામ આપણાં ફળિયાંઓમાં અને પોળોમાં જામતી ઓટલા પરિષદોમાં રોજ કરોડો માનવલોકોની સ્મશાનયાત્રા અવિરતપણે ચાલતી રહે છે. ઉદ્યમ વગર સમૃદ્ધ થવાની કોઈ જડીબુટ્ટી હાથ લાગે ત્યારે ખરી. આપણે ગરીબી પણ કેવી કાળજીથી સાચવી રાખી છે !

□

૨૨

વિશ્વાસ એ જ આસ્તિકતા

જ્યારે પણ ટપાલીને જોઉં છું ત્યારે વિચારે ચઢી જવાય છે. એની થેલીમાં વિશ્વગ્રામ ઠાંસીઠાંસીને ભરેલું હોય છે. એ પ્રેમપત્રોનો થોકડો પણ કેવો અનાસક્ત બનીને ઊંચકે છે ! મૃત્યુના સમાચાર આપતા પત્રો પણ એ એટલો જ નિર્લેપ બનીને ઠાલવતો રહે છે. આટલા ઓછા પગારે આંતરરાષ્ટ્રીય કક્ષાએ કામ કરતો કોઈ કર્મચારી હોય તો તે ટપાલી છે. આપણા લોકો વાંકાચૂકા અક્ષરોમાં અધૂરાં સરનામાંવાળા કાગળો લખીને ટપાલપેટીમાં પધરાવી દે ત્યારે ટપાલીને ત્રાસ થાય છે. આવા પત્રો માટે એક અનાથાશ્રમ ચાલે છે જેને કહે છે, 'ડેડ લેટર ઑફિસ'.

આ દુનિયામાં દાણચોરી પણ વિશ્વાસ વગર ચાલતી નથી. બે પ્રધાનો કરતાં બે દાણચોરો વચ્ચે વિશ્વાસનું તત્ત્વ વધારે હોય છે. વરલી મટકાનું આખું તંત્ર વિશ્વાસને આધારે ચાલતું રહે એ નાનીસૂની વાત નથી. દેશને ખૂણે ખૂણે આંગડિયા ઘૂમી વળે છે. માત્ર વિશ્વાસ પર ચાલતી આવી બીજી સંસ્થા જડવી મુશ્કેલ છે. ક્યારેક લાગે છે કે આ પૃથ્વી ધરી વગર ફરે છે. ભૂગોળમાં ભણાવવામાં આવે છે કે જે ધરી છે તે કલ્પિત છે. એમ કહેવાનું મન થાય છે કે આ પૃથ્વી ફરતી રહે છે તેનો યશ વિશ્વાસની ધરીને જાય છે.

પેરિસની એક વિશિષ્ટ લાઇબ્રેરીમાં આનાતોલે ફ્રાન્સનું એક

મર્માળું વાક્ય બધા વાચકોને યાદ રહી જાય એ દૃષ્ટિએ મૂકવામાં આવ્યું છે : These books were lent to me which I never returned and so I never lend.' (આ બધાં પુસ્તકો મને કોઈકે વાંચવા આપેલાં જે મેં કદીય પાછાં વાળ્યાં ન હતાં અને તેથી હું કોઈને (વાંચવા) આપતો નથી.) પારકાં પુસ્તકો વાંચવા માટે લઈને ભૂલી જવાનું યાદ રાખનારા ઘણા છે પણ એવું કર્યા પછી આનાતોલે ફ્રાન્સ જેવું પ્રાયશ્ચિત્ત કરીને નિખાલસ એકરાર કરનારા કેટલા ?

સાગર પોતાને જરૂર આવકારશે એવા વિશ્વાસે તો નદી પોતાનું ઊંચું સ્થાન ગુમાવીનેય દોડતી રહે છે. સાસરે પિયર કરતાં કંઈ નહીં તો અડધો પ્રેમ તો મળશે જ એવા વિશ્વાસે એક કન્યા પિયરનો ઉંબરો છોડીને આગળ ડગલાં ભરવાની હિંમત કરે છે. પોતાનાં બાળકોને શિક્ષકો જરૂર ભણાવશે એવા વિશ્વાસે માબાપ બાળકની લાખ અનિચ્છા છતાંય નિશાળે ધકેલે છે. નિશાળ પરનો આવો વિશ્વાસ ડગી જાય ત્યારે નાછૂટકે વાલીઓ ટ્યૂશન ક્લાસને શરણે જાય છે.

ટ્યૂશન ક્લાસ એક અજબ ઘટના છે. ત્યાં કદી હડતાલ પડી છે ખરી ? ત્યાં અશિસ્તના પ્રશ્નો કેમ ઊભા નથી થતા ? ત્યાં કેમ વિદ્યાર્થીઓ મોડા નથી પડતા ? જો આવું હોય તો શાળા-કૉલેજો બંધ કરી ટ્યૂશન ક્લાસ શરૂ કરવાનું શા માટે ન વિચારવું ? આજે હોંશિયાર વિદ્યાર્થીઓનો વિશ્વાસ પરીક્ષામાંથી પણ ડગી ગયો છે.

વિશ્વાસની આવી અછત (crisis) અનેક ક્ષેત્રોમાં નજરે પડે છે. કાળો વેપારી 'માલ નથી' એમ કહે ત્યારે સાચી વાત એ હોય છે કે 'માલ છે પણ તમારે માટે નથી.' 'અછત' શબ્દ ધનવાનોના શબ્દકોશમાં હોતો જ નથી. ગરીબોના ઘરમાં તો છતની નીચે પણ અછત જ મહાલતી હોય છે. કાળાબજાર એક એવું

બજાર છે જેમાં માલની અછત હોતી જ નથી. માત્ર વાજબી ભાવનો જ અભાવ હોય છે. પ્રામાણિક માણસના વિશ્વાસને આથી જબરી ઠેસ પહોંચે છે. આજના જમાનામાં માણસ માણસ વચ્ચેના વિશ્વાસને જ આસ્તિકતા ગણવી જોઈએ. આસ્તિકતા આખરે શું છે ? ભગવાન માટેનો વિશ્વાસ કે બીજું કંઈ? ભગવાનના બાળક જેવા પ્રત્યક્ષ માણસમાં જેને વિશ્વાસ ન હોય તેને અપ્રત્યક્ષ એવા ભગવાનમાં વિશ્વાસ હોય એ કેવી રીતે બને ?

દરદી કેટલા વિશ્વાસથી પોતાની નાડ દાકતરના હાથમાં સોંપે છે ! કેટલાક દાક્તરો આવા વિશ્વાસનો કેવો ગેરલાભ ઉઠાવે છે તેની બધા દરદીઓને ખબર નથી તેથી તો એમને ત્યાં લાઈન લાગતી રહે છે. આવો કોઈ દાક્તર, આશીર્વાદ આપવાની ઉતાવળમાં હોય એવા અનેક સંતોનો ચરણસ્પર્શ કરે તોય શું ? આવતી કાલે સૂર્યોદય થવાનો છે એવા વિશ્વાસને કારણે જ સૂર્યાસ્ત સમયે કોઈ કલ્પાંત કરતું નથી.

☐

૨૩

સાતત્યયોગ

થોડા દિવસ થાય એટલે રેફ્રિજરેટરમાં જામેલા બરફના થરને ઓગાળીને સાફસૂફી કરવી પડે છે. મોટર રાખનારને વખતોવખત એન્જિન ઑઈલ, બ્રેક ઑઈલ, પાણી અને બૅટરીનું પાણી તપાસતાં રહેવું પડે છે. ગાયને મળ ખાવાની (ઓખરવાની) ટેવ પડે છે. એના ખોરાકમાં લોહ અને મીઠું ઉમેરવાથી એ ટેવ છૂટે છે. થોડે થોડે દિવસે ઘરનો કબાટ ગોઠવવો પડે છે અને વાંદા મારવા પડે છે. ફૂવડ ગૃહિણી ઘરના કચરાને ડિસ્ટર્બ નથી કરતી. (વાંદા આવી ગૃહિણીને આશીર્વાદ આપતા હશે !) ફર્નિચરને પૉલિશ કરવામાં આવે છે, ભીંતોને ધોળવામાં આવે છે અને બારીબારણાંને રંગવામાં આવે છે.

બધી ચીજો માવજત માગે છે. આપણું શરીર માવજત માગે છે, આપણું મન સાફસૂફી માગે છે અને આપણું મનુષ્યત્વ પણ ચાકરી માગે છે. પ્રત્યેક માણસ મૂળે પ્રામાણિક હોય છે પરંતુ વારંવાર એણે અપ્રામાણિકતાનો કચરો-પૂંજો સાફ કરતા રહેવું પડે છે. પ્રત્યેક આદમીએ પોતાના મનને મેંદીની વાડની માફક વારંવાર સરખું કરતા રહેવું પડે છે. લાંચ લીધા પછી જેના મનમાં ચચણાટ થયા કરે છે એવા લાંચિયા અમલદારને પણ હું વંદન કરું છું. ક્યારેક એ એમાંથી છૂટશે એવી આશા રહે છે. જેને લાંચ સદી ગઈ છે એવા રીઢા અમલદારનો મને ડર લાગે છે. ડી. ડી.

ટી.થી ટેવાઈ ગયેલા નફફટ મચ્છરો જેવો એ બની જાય પછી કોઈ ખાસ ઉપાય રહેતો નથી.

ભર બપોરે હાથમાં ફાનસ લઈને ડાયોજીનિસ ઍથેન્સ નગરીમાં નીકળી પડ્યો છે. એ સંપૂર્ણ પ્રામાણિક માણસને શોધવા નીકળ્યો હતો પણ દિવસના અજવાળામાંય એને એવો કોઈ માણસ જડ્યો ન હતો. એક વાર એ બજારમાં ગયો અને જોરથી બરાડો નાખી બોલ્યો : 'હે માણસો ! મારી વાત સાંભળો.' થોડી જ વારમાં એની આસપાસ માણસોનું મોટું ટોળું જમા થઈ ગયું. થોડી વારે ટોળાને સંબોધીને એણે કહ્યું : 'મેં તો માણસોને બોલાવ્યા હતા, તેમનાં ઓઠાંને બોલાવ્યાં નહોતાં !'

હૉસ્પિટલોમાં ડૉક્ટરોને એકઠા કરીને આજે પણ કોઈ કહી શકે : 'મેં તો ડૉક્ટરોને બોલાવ્યા હતા, એમનાં ઓઠાંને નહીં.' આવું જ પ્રોફેસરોને, વેપારીઓને, વકીલોને અને વિદ્યાર્થીઓને બોલાવીને ન કહી શકાય !

મુદ્દાની વાત થોડી કડવી છે. જરૂર ન હોય તોય ઇંજેક્શનો આપનારને કુદરતી સુવાવડની જગ્યાએ સિઝેરિયનની સલાહ આપનારને ડૉક્ટર કેવી રીતે કહી શકાય ? રીઢા ખૂનીના બચાવમાં પણ પોતાની બુદ્ધિ કામે લગાડનારને વકીલ કહી શકાય ? પરીક્ષાનાં પેપરો ફોડનારને કે ગોટાળો કરી ગુણ ઉમેરી આપનારને 'પ્રાધ્યાપક' કહી શકાય ? 'વેપારી' માટે આ દેશમાં 'મહાજન' શબ્દ વપરાયો છે. ભેળસેળ કરનારને કે ગ્રાહકોને છેતરનારને આપણે 'મહાજન' કહીશું ખરા ? યુનિવર્સિટીમાં કે શાળામાં જવા માત્રથી કોઈ 'વિદ્યાર્થી' બની જાય એવું ખરું ? પ્રધાન થવું પ્રમાણમાં સહેલું છે પણ પ્રામાણિક થવું કેટલું અઘરું છે ? પ્રામાણિકતાની શરૂઆત કરનાર પ્રધાનો ધીરે ધીરે ખબરેય ન પડે એમ કેવા અપ્રામાણિક બની જાય છે ? આ પ્રક્રિયા ધીમી છતાં કેટલી ચોક્કસ છે ?

આખું જીવન સતત માવજત માગે છે. સ્પાર્ટન લોકો શત્રુઓ કેટલા છે તેની તપાસ નહોતા કરતા, પરંતુ તેઓ ક્યાં છે તેની જ તપાસ કરતા. શેક્સપિયરે કહેલું તે પ્રમાણે, 'આપણને ગ્રહણ કરવામાં મૃત્યુ પણ મગરૂર બને એવું કંઈક કરીએ.' આ કામ અઘરું છે અને તેથી જ કદાચ કરવા જેવું છે. કસોટી હીરાની થાય છે, કોલસાની નથી થતી.

ગીતાના આઠમા અધ્યાયને વિનોબાએ 'સાતત્યયોગ' એવું મૌલિક મથાળું આપ્યું છે. કારની બૅટરીના આરોગ્યની અને આયુષ્યની કાળજી રાખનારો એનો માલિક પોતાના હૃદયની સ્થિતિ વિષે બેદરકાર હોઈ શકે છે. એક વાર ગાડીમાં ચઢી બેઠા પછી ઊંઘી જનાર માણસ પણ મુસાફરી કરતો જ રહે છે. ઘણાખરા માણસો માત્ર સ્ટેશન આવી જાય ત્યારે જ જાગે છે.

□

૨૪

ઈર્ષ્યાયુગ

અર્જુનને છિન્નસંશય થતાં જેટલો વખત લાગ્યો તેના કરતાં અનેકગણો સમય લીધા પછીય સંશયાત્મા જ રહેવાનું નિર્માયું હોય એમ લાગે છે. મિત્રતા પામવા માટે સમય ઓછો પડે છે. વર્ષો સુધી એ નિભાડામાં પાકતી જ રહે પછીય ક્યારેક કાચી સાબિત થાય છે. આફત પડે ત્યારે એક ટકોરો મારે ત્યાં તો એ કડડભૂસ !

શત્રુતા કેળવાય તે માટે તો જરા જેટલો પ્રયત્ન નથી કરવો પડતો. માણસ થોડીક ધાડ મારે એટલે શત્રુઓ તો બિલાડીના ટોપની માફક ઊગી નીકળે છે. આવી શત્રુતા બિલાડીના ટોપ જેવી જ ક્ષણજીવી નથી હોતી. એનું કામ તો કોઈ મૂક સેવકની નિષ્ઠા જેટલું જ શાંત અને ટકાઉ જણાય છે. કેટલાક લોકો શત્રુઘ્ન થઈ શકે છે અને વળી કેટલાક તો અજાતશત્રુ પણ બની શકે છે. સામાન્ય માણસ તો શત્રુઘ્નની અને અજાતશત્રુની મનોવૃત્તિઓ વચ્ચે શટલકૉકની માફક અટવાયા કરે છે !

અજાતશત્રુ એટલે શું ? એનો ચીલાચાલુ અર્થ 'જેનો કોઈ શત્રુ જન્મ નથી પામ્યો' — એવો થાય છે. આ વાત બરાબર નથી જણાતી. વસિષ્ઠ જેવા બ્રહ્મર્ષિને પણ વિશ્વામિત્રનો દ્વેષ વહોરી લેવો પડેલો. યાદ રહે કે આ દ્વેષ એકમાર્ગી હતો, દ્વિમાર્ગી ન

હતો. વસિષ્ઠ દ્વેષનાં મોજાં ઝીલતા હતા ખરા પણ એમના તરફથી એવાં મોજાં છોડવામાં નહોતાં આવતાં. આમ વસિષ્ઠે વિશ્વામિત્રને પોતાના શત્રુ તરીકે 'માન્ય' કર્યા ન હતા. વિશ્વામિત્ર પાસે વસિષ્ઠ પ્રત્યેની શત્રુતાનો પાસપોર્ટ હતો પરંતુ એમને ક્યારેય વસિષ્ઠ તરફથી વિસા નહોતો મળ્યો.

તુકારામ સદેહે વૈકુંઠ ગયેલા એમ કહેવાય છે. એમના જેવાના શત્રુ થવા માટે સામા માણસે ખૂબ મથવું પડે. તેઓ કણબી હતા એટલે મંબાજી ગોસાવી નામના બ્રાહ્મણે એમની સાથે છળકપટ કરવામાં અને એમને મારઝૂડ કરવામાં કશું ય બાકી નહોતું રાખ્યું. પુણેથી થોડે દૂર ઈશાન ખૂણે વાઘોલી નામનું એક ગામ આવેલું છે. ત્યાં, રામેશ્વર નામે એક મહાન વિદ્વાન બ્રાહ્મણ રહેતા હતા. તુકારામ નીચ વર્ણના હતા એટલે દ્વેષભાવથી પ્રેરાઈને એ વિદ્વાને તુકારામને કીર્તન કરવાની મનાઈ ફરમાવેલી અને એમના અભંગને ઇંદ્રાણી નદીમાં પધરાવવા માટે ફરજ પાડેલી. આમ શત્રુઓ તો તુકારામને પણ હતા છતાં તુકારામે કોઈને શત્રુતા માટેની પહોંચ-રસીદ નહોતી આપી.

બંગાળની નવદ્વીપની વિદ્યાપીઠમાં નિમાઈ અને રઘુનાથ અભ્યાસ કરતા હતા. રઘુનાથે એક ગ્રંથ લખ્યો હતો પરંતુ એણે જ્યારે નિમાઈનો ગ્રંથ જોયો ત્યારે એનું મોં પડી ગયું. બંને એક દિવસ ગંગાકિનારે ફરવા ગયા ત્યારે નિમાઈએ પોતાનો ગ્રંથ પાણીમાં પધરાવી દીધો. રઘુનાથના ગ્રંથને અદેખાઈની ઝાંખપથી બચાવી લેવાનો આ જ એક ઉપાય હતો. એ જ નિમાઈ પછી તો (બંગાળી વૈષ્ણવ સંત) ચૈતન્ય મહાપ્રભુને નામે પ્રસિદ્ધ થયા.

આઈન રૅન્ડનું એક પુસ્તક 'ધ ન્યુ લેફ્ટ : ધ એન્ટિ-ઇન્ડસ્ટ્રીયલ રેવોલ્યુશન' વાંચવા જેવું છે. એમાં એક પ્રકરણનું મથાળું છે, 'ધ એઇજ ઑફ એન્વી.' આઈન રૅન્ડ કહે છે કે પશ્ચિમની સંસ્કૃતિમાં એક હતો તર્કવિચારનો યુગ (ધી એઇજ ઑફ

રીઝન) અને એક હતો પ્રજ્ઞાનો યુગ (ધી એઇજ ઑફ એન્લાઈટનમેન્ટ). લેખિકા આગળ કહે છે કે આજનો યુગ એ ઈર્ષ્યાયુગ (ધી એઇજ ઑફ એન્વી) છે. આપણે સૌ આ ઈર્ષ્યાયુગમાં જીવી રહ્યાં છીએ. શત્રુતા આ યુગમાં સહજ જણાય છે. ઈર્ષ્યાયુગમાં શત્રુઓ વધારવા માટે પ્રયત્ન નથી કરવો પડતો કારણ કે ઋતુ બિલકુલ અનુકૂળ છે.

શેરીએ શેરીએ, શાળાઓ તથા કૉલેજોમાં, ઑફિસોમાં અને અદાલતોમાં ઈર્ષ્યાયુગ અટવાતો ફરે છે. એક વાર બે માણસોને ક્રૉસ પર લટકાવવામાં આવ્યા. જ્યારે એક માણસે બીજા માણસને પોતાનાથી ઊંચા ક્રૉસ પર લટકતો જોયો ત્યારે જીવનની છેલ્લી ક્ષણોમાં પણ એ ઈર્ષ્યાથી બળી મર્યો.

તમને એ સતત લાગ્યા કરતું હોય કે મારી કોઈ અદેખાઈ કરી રહ્યું છે તો જરૂર માનજો કે એ તમારી જ ઈર્ષ્યાવૃત્તિનો સળવળાટ છે. માણસને પજવવામાં એની પોતાની ઈર્ષ્યાવૃત્તિની તોલે બીજી કોઈ ચીજ આવી નથી શકતી. આવી પજવણી સહન કરનારાઓ પ્રત્યે જે લોકોના હૃદયમાં કરુણાને બદલે ક્રોધ જન્મે તેવા લોકોનેય શિક્ષિત કહેવાનો રિવાજ હજી ચાલુ છે. કહે છે કે ઈર્ષ્યા કરનારને પિત્ત થાય છે. કદાચ સમાજને પિત્તના પ્રકોપથી બચાવી લેવાના દિવસો આવ્યા છે. આઈન રૅન્ડની વાતમાં તથ્ય લાગે છે. એમ કરવાનો એક જ ઉપાય છે અને તે છે આપણા જ ચિત્તને પિત્તના પ્રકોપથી બચાવી લેવાનો. અદાલતના મૂળમાં અદાવત રહેલી છે.

□

૨૫

સમજુ હોવાનો અભિશાપ

નાનપણમાં રોજિંદું બની ગયેલું અને વરસો સુધી આંખમાં સંઘરાઈ રહેલું એક કમકમાટીભર્યું દૃશ્ય કોઈ કૂવામાં વરસો સુધી પડી રહીને કટાઈ ગયેલા કળશિયાની માફક એકાએક સામે આવીને ઊભું રહી જાય છે.

સાક્ષાત્ દુર્ગંધની નાનકડી ટેકરી સમું મળનું ગાડું સામેથી ચાલ્યું આવતું. દૂરથી લોકો નાકે રૂમાલ દાબી દેતા. એ ચાલ્યું જાય પછીય ખાસ્સા સમય સુધી પેલી જુગુપ્સિત દુર્ગંધ નાકનો કેડો છોડતી નહીં. ઉંમર મોટી ન હોવાને કારણે નિષ્ઠુરતા હજી જોઈએ તેટલી પાકટ બની ન હતી. વારંવાર એક વિચાર પજવતો રહેતો. દૂરથી નાક દાબી દેવું પડે અને માથું ફેરવી નાખે એવી દુર્ગંધને વહી જતા એ ગાડાના હાંકેડુ હરિજનની શી દશા થતી હશે ? આવી આક્રમક દુર્ગંધના પ્રહારથી રીઢા થઈ ગયેલા એના નાક પર શું વીત્યું હશે ! આપણને માત્ર નાનપણમાં જ સતાવે એવી આ પ્રકારની અનેક વાતો ગાંધીને મોટપણમાં પણ સતત પજવતી રહી અને તેથી જ એમને મહાત્મા કહ્યા.

'દો બિઘા જમીન' ('વીઘું' શબ્દ મૂળ સંસ્કૃત 'વિગ્રહ' એટલે કે 'વિભાગ' પરથી આવ્યો છે) નામના ચલચિત્રમાં કલકત્તાની સડકો પર ભરબપોરે ગાડી લઈને ઉઘાડે પગે દોડતા બલરાજ સહાનીનું દૃશ્ય આંખ સામે ખડું થાય છે. આજેય

કલકત્તામાં ગાડી ખેંચતો અશ્વમાનવ (હયવદન) લત્તેલત્તે જોવા મળે છે. સંવેદનશીલતા માટે જાણીતા બંગાળીઓને પણ આ દૃશ્ય લગીરે પજવતું નથી. સંવેદનશીલતાનેય ક્યારેક રેફ્રિજરેટરમાં નિશ્ચેષ્ટ પડી રહેવાનું ગમે છે.

આપણાં શહેરોમાં હાથલારી ખેંચનારાઓના પગમાં ચંપલ નથી હોતાં. વૈશાખી બપોરે ડામર પીગળે ત્યારે રસ્તા સાથે ભારે વજન ખેંચવા માટે પકડ લેવા મથતા એ ઉઘાડા પગ પર શું નહીં વીતતું હોય ? એની પાસેથી જ વહી જતી કારમાં બેઠેલા માણસને ચંપલની ઝાઝી ગરજ નથી હોતી પરંતુ માત્ર આદતને કારણે જ એના પગને ચંપલ વળગી રહે છે. ખરેખરી જરૂરતવાળા ખરબચડા પગ તો ચંપલવિહોણા જ રહી જાય છે.

આવાં તો અનેક દૃશ્યોથી હવે આપણે ટેવાઈ ગયાં છીએ. શિયાળાની ઠંડી સવારે પોતે સમજી નહીં શકે એવાં છાપાં લઈને, લોકો ઊઠે તે પહેલાં ઘરે ઘરે પહોંચી જતો ફેરિયો આપણને કશીય ખલેલ નથી પહોંચાડતો. એક ઘરડા ટપાલીને હું રોજ બપોરે લોકોનાં મનીઑર્ડર કે રજિસ્ટર્ડ પત્રો લઈને જતો જોઉં છું. એના ગજવામાં રૂપિયાની નોટોના થોકડેથોકડા હોય છે અને છતાંય એની ગરીબી તો સદા જવાન !

કોઈ મોટા નેતા આવવાના હોય ત્યારે રસ્તે પથરાયેલા તડકાને કાબૂમાં રાખવાનો નિષ્ફળ પ્રયત્ન કરતા પ્રભાવહીન પોલીસને તમે જોયો છે ? કલાકોના કલાકો સુધી લંબાયે જતી ડ્યૂટી એના જીવનને સહરાના રણ જેવું બનાવી મૂકે છે.

હૉટેલોમાં સારી સારી વાનગીઓ પીરસતો બાળમજૂર એ વાનગીઓ સાથે એક જુદા જ પ્રકારનો સંબંધ રચી રાખે છે. બધી વાનગીઓ એ બિચારો નાકથી જ માણે છે. બધી ઋતુઓ જેની કાળી પીઠ પર સતત ઠલવાતી રહે છે એવો હળપતિ જ્યારે

ફસલ ઊતરે ત્યારે પોતે જ પકવેલા દાણાથી કેટલો દૂર રહી જાય છે ! ગમે તેટલું સારું પાકે તોય એને કદી બોનસ નહીં જ મળે. હરિયાળી ક્રાંતિ પણ એના ઉજ્જડ જીવનમાં કોઈ જ ખલેલ નથી પહોંચાડતી !

ગમે તેવો ઘરડો હમાલ પણ ભલભલા યુવાનનો સામાન ઉપાડી શકે છે. એક માણસ પોતાની નાજુક ડોક પર કેટલા મણનો ભાર ઉપાડી શકે તે અંગે કોઈ નિયમો ઘડાયા નથી. એક ટ્રક કેટલું વજન વહી શકે તે અંગે મર્યાદા હોય છે પરંતુ માણસ માટે એવી મર્યાદાની શી જરૂર ! અનાજના ગોદામમાં પોતાની પીઠ પર પાંચ મણની ગુણ ઉપાડીને જતા આદમીની કરોડરજ્જુને કોઈ જ હાનિ નહીં પહોંચતી હોય ? દૂધના દેગડા સાઇકલ પર ટેકવીને પોતાના ગામથી છેક શહેરના ફળિયા સુધી તાણી લાવતા દૂધવાળાના કંતાઈ ગયેલા પગ જોવાની ફુરસદ આપણને ક્યારેક મળશે ખરી ?

ગૌતમ બુદ્ધે સંસારનાં માત્ર ચાર જ વરવાં દૃશ્યો જોઈ મહાભિનિષ્ક્રમણ કરેલું. આજે હવે આવાં અનેક દૃશ્યો જોઈને આપણું તો રૂંવાડુંય નથી ફરકતું. સમજુ હોવાના અભિશાપમાંથી આપણે ક્યારે છૂટીશું ?

□

૨૬

કૅલેન્ડરના ઉધામા

શરદ ઋતુ વર્ષમાં એક જ વાર શા માટે આવતી હશે! ઉત્સવો દર વર્ષે અમુક દિવસે નિયમિત રીતે ચાલ્યા આવે છે. આખા વર્ષમાં વીસ-પચ્ચીસ ઉત્સવો સિવાયના બાકીના બધા દિવસોનું શું ?

સમયને માપવાની નાદાનિયતમાંથી ઘણા ઉપદ્રવો પેદા થાય છે. સમયને કેવળ ઘટનાઓ કે બનાવોના સંબંધ થકી જ માપી શકાય છે. પૃથ્વીનો પોતાની કલ્પિત ધરી પરનો એક આંટો ક્યારે પૂરો થાય છે એની ખબર પડે તે માટે અંધારું-અજવાળું ન હોત તો દિવસ માપવાનું કામ મુશ્કેલ બની જાત. આ જ રીતે સૂર્યની ફરતે આંટો પૂરો કરવામાં પૃથ્વીને જોઈતા સમય (સૌર દિન)ને માપવાનું પણ મુશ્કેલ બની જાત. આ પૃથ્વી અને સૂર્યની હાજરીથી પર એવો સમય, ચકતાં પાડ્યા વગરની, થાળીમાં પથરાયેલી ગોળપાપડીની માફક પડી રહે છે. મોજાંના ઉછાળાની નીચે કેટલાય ઘન કિલોમીટરોમાં વિસ્તરેલા મહાસાગરની અનાકુલતાની માફક સમય ઉપદ્રવોથી પર જણાય છે.

પતંગિયું ખૂબ ઓછું જીવે છે અને છતાંય એની પાસે પૂરતો સમય હોય છે. પતંગિયાની નાતમાંય થોડીક જ ક્ષણો પહેલાં જન્મેલું પતંગિયું, પાછળથી જન્મેલા પતંગિયાનું વડીલ નહીં ગણાતું હોય! દિવસ અને વર્ષ માપવાની શોધથી માણસને શો ફાયદો

થયો ? એ શોધમાંથી એક મોટો ઉપદ્રવ સર્જાયો જેને માણસ આયુષ્ય કહે છે. જીવનમાંથી આ આયુષ્યનો ઉપદ્રવ ટળી શકે પછી જે બચે તે જીવન હોય એવો પૂરો સંભવ છે. આયુષ્યનો ઉપદ્રવ પણ ન હોત તો ઘડપણનો ઉપદ્રવ પણ ન હોય અને ઘડપણ ન હોત તો બે પેઢીઓ વચ્ચે ઘરેઘરે થતા છતાં ટાળી શકાય તેવા ઉધામા પણ ન હોત. ઉંમરને આધારે કોઈને વડીલ અને કોઈને નાદાન ગણવાનાં અનિષ્ટો પણ ન હોત.

સમયને માપવાની શોધ ન થઈ હોત તો દુનિયા 'વ્યાજ' નામના એક અત્યંત ઉત્પાતિયા શબ્દથી મુક્ત હોત અને જે કાંઈ 'નિર્વ્યાજ' છે એની પૂરી પ્રતિષ્ઠા હોત. ઇસ્લામની કલ્પનાનો વ્યાજ વગરનો સમાજ પછી જરૂર શક્ય બનત. વ્યાજની શોધ જ ન થઈ હોત તો આખી દુનિયા બૅંક વગરની હોત. સમયચક્ર વગર ચક્રવૃદ્ધિ વ્યાજ શી રીતે ટકી શકે ? ઑફિસોમાં જ્યાં જુઓ ત્યાં સિનિયોરિટીના ઝઘડા જોવા મળે છે. આ ઝઘડાના મૂળમાં આયુષ્યનો ઉપદ્રવ છે. ભગવાને ક્યાં તો માણસને ક્ષણજીવી બનાવવો જોઈતો હતો કે પછી અમર બનાવવો જોઈતો હતો. આમ કરવાથી દિવસ અને વર્ષના ઉપદ્રવમાંથી એ બચી જાત. પછી કોઈ વિધવાને એમ ન કહેવું પડત કે, 'એમને ગયાને આજે એક વર્ષ થયું.' ક્ષણજીવી કે અમર સમાજમાં કોઈ વિધવા કે વિધુર જ ન હોત. જીવનમાં કૅલેન્ડર દ્વારા ઘણા ધરતીકંપો સર્જાતા રહે છે.

એક વાર વાંચ્યા પછી કદીય ન ભૂલી શકાય એવું એક સરસ પુસ્તક યાદ આવે છે જેનું નામ છે, 'ધ લિટલ પ્રિન્સ.' આ પુસ્તક એક ફ્રેન્ચ પુસ્તકનો અનુવાદ છે અને એના લેખકનું નામ છે સેંટ ઍક્સુપેરી. રણના રેતાળ એકાંતમાં વિમાન ખોટકાઈ પડે છે અને રાતના તારાઓના પ્રકાશમાં બીજા ગ્રહો પરનો એક જીવ ઊતરી પડે છે. એ નાનકડા રાજકુમાર સાથે દોસ્તી થયા

પછી અનેક ગ્રહો પર ફરવા નીકળી પડનારા પૃથ્વીના માણસને કદ, સમય, અંતર અને પ્રકાશની આપણી માન્યતાઓ ખરી પડે એવા મજાના અનુભવો થાય છે. આ પુસ્તક દિલ્હીમાં મળેલા સેમિનારમાં કોઈ અજાણ્યા સાથીએ માત્ર એક જ રાત માટે વાંચવા આપેલું. આજેય વરસો પછી બરાબર યાદ છે કે એ વાંચીને મારી રાત સુધરી ગયેલી. એમાં જે એક રોચક કલ્પના છે તે આપણને પૃથ્વીની પેલે પારની એક ગેબી સૃષ્ટિમાં તાણી જાય છે, જ્યાં સમય અને સ્થળ અંગેની આપણી નાદાન ગેરસમજો આપોઆપ ખરી પડે.

વર્ષગાંઠ એ પણ મૂળે તો આયુષ્યના ઉપદ્રવનો એક અંશ છે ને ! સમયનાં પાર્ટીશન પાડવાના પ્રયત્નમાંથી જન્મેલું કૅલેન્ડર દર વર્ષે એક દિવસને આપણી વર્ષગાંઠ તરીકે ઓળખાવે છે. કોઈ પણ જાતની ગાંઠ વગરના સમય સાથે ચેડાં કરવાની આપણી આદતનું જ આ પરિણામ છે. વર્ષગાંઠને દિવસે, પોતે એક વાર જન્મ્યા પછી, પ્રત્યેક ક્ષણે પુનર્જન્મ ન પામી શકવાની નિષ્ફળતાનું દર્દ ભૂલવાનો માણસ એક જોરદાર પ્રયત્ન કરે છે. ઘણાખરા માણસો આવા પ્રયત્નોમાં બધી રીતે સફળ પણ થાય છે.

◻

૨૭

ટેઈપ રેકૉર્ડર પર ઝિલાયેલું મૌન

કોરા આકાશનું પ્રતિબિંબ અરીસો નથી ઝીલી શકતો. શૂન્યનું વજન કરી શકે એવું ત્રાજવું લાવવું પણ ક્યાંથી ! મૌનને અંકિત કરે એવું ટેઈપ રેકૉર્ડર હોઈ શકે ખરું ? અને છતાંય આકાશ 'છે'; શૂન્ય 'છે' અને મૌન પણ 'છે'. આપણો 'છે' પણ આપણી મર્યાદાઓથી મુક્ત નથી. આપણો 'નથી' એટલો તો રોકડો હોય કે પછી જે કાંઈ રોકડું ન હોય તે જાણે આપોઆપ ઉધાર બની જાય છે. અસ્તિત્વ રંગવિહીન, વજનરહિત કે શબ્દાતીત હોઈ શકે એ જલદી મનમાં જ નથી બેસતું. આપણો દેહ જે પંચમહાભૂતોનો બનેલો છે તેમાં આકાશ (અવકાશ)નો સમાવેશ થાય છે એ બહુ મોટી વાત છે. અવકાશ તે વળી 'હોઈ' શકે ખરું ?

અમેરિકાના મિશિગન રાજ્યમાં એન આર્બર નામનું એક વિદ્યાનગર છે. આ એક એવું નગર છે જેમાંથી યુનિવર્સિટી કાઢી લો તો ભાગ્યે કોઈ વસતી ત્યાં રહે. આ નગરમાં ખાસ્સું રહેવાનું થયેલું. એ નગરમાં એન આર્બર બૅંક આગળ એક થાંભલો અને થાંભલા પર બૅંકની જાહેરાતનું પાટિયું ચોવીસે કલાક સતત ફરતું જ રહે. એ પાટિયાની બીજી બાજુએ ઉષ્ણતામાન અને સમય મોટા આંકડામાં બતાવવામાં આવે. આવતાંજતાં સૌ કોઈ એ પાટિયું જોઈને ઋતુ કેવી છે એનો અંદાજ મેળવે. શિયાળાના દિવસોમાં

એ પાટિયું શૂન્યથી નીચે દસ અને ક્યારેક વીસ અંશ નીચું ઉષ્ણતામાન છે એવી જાહેરાત પણ કરતું રહે. શૂન્ય અંશ ઉષ્ણતામાન તો ઘણી વાર જોવા મળતું. જ્યારે શૂન્ય ઉષ્ણતામાન હોય ત્યારે મને એક વિચાર હમેશાં આવતો. જે ઉષ્ણતામાને હું રસ્તા પર થથરી રહ્યો હોઉં તે ઉષ્ણતામાન એસ્કિમો માટે એકંદરે સારી ઋતુનું સૂચક નહીં હોય ?

જરા જુદી રીતે જોઈએ તો અરીસો આકાશનેય ઝીલે છે. શૂન્યનું વજન શૂન્ય હોય તો ત્રાજવું શૂન્ય જ બતાવે ને ! ત્રાજવું શૂન્યનું બિલકુલ સાચું વજન નથી બતાવતું શું ? ટેઈપ રેકૉર્ડર મૌનને આબાદ ઝીલી લે છે. પછી એને ચાલુ કરવામાં આવે ત્યારે ઝિલાયેલું મૌન જ ટેઈપ રેકૉર્ડર દ્વારા વ્યક્ત થાય છે. મૌન ઝિલાયું અને મૌન વ્યક્ત થયું.

અંતરને કોઈ છાને ખૂણે ફૂટેલી કવિતાને કાગળના માધ્યમ દ્વારા વ્યક્ત કરવી એ પણ એક ગુસ્તાખી છે. એ એક એવી ગુસ્તાખી છે જે ક્ષમ્ય છે અને આવકાર્ય પણ છે. કોઈ રોકડી બાબત કવિતાનો વિષય નથી બની શકતી. કવિતાનો સ્વભાવ મૌનના, અવકાશના અને શૂન્યના આછા અણસારા ઝીલતા રહેવાનો હોય છે. રોકડ પ્રત્યે અનહદ પ્રેમ રાખનારા સમાજમાં કવિ જુદો પડી આવે છે તે આ જ કારણે. તાબાહની ગઝલની પંક્તિઓ યાદ આવે છે.

નયાજે ઈશ્કમેં હમસે કોઈ કમી ન હુઈ
યહ ઔર હૈ અપના ઉન્હેં બના ન સકે.

કહે છે કે સમર્પણયુક્ત પ્રેમમાં મારી કોઈ કમી રહી નથી ગઈ; એમને પોતાનાં ન કરી શક્યો એ વાત જુદી છે. રોકડું વ્યાજમુદ્દલ ગણનારો વ્યાપારી આ પંક્તિઓ શી રીતે માણી શકશે ? શાહુકાર અંદરખાનેથી કવિને પાગલ ગણતો હોય છે. કવિનો 'છે' ભાગ્યે રોકડો હોય છે.

એક વાર ટ્રેઈનમાં બે જણ સામસામે બેઠા હતા; એક વાણિયો અને બીજો કવિ. વાતવાતમાં વાણિયાએ કવિને પૂછ્યું : "ભાઈ, તમે આ કવિતા લખો તેમાં મળતર શું ?" કવિ અકળાયા. તેને જવાબ સૂઝ્યો નહીં એટલે ટૂંકમાં જવાબ આપ્યો : "કશું નહીં." "તો પછી આ માથાકૂટથી ફાયદો શું ?" વાણિયાએ પોતાની પ્રામાણિક વેદના ઠાલવી. કવિએ આખરે વાણિયાને કહ્યું : "મહાશય ! મને એક વાત સમજાવશો, ફાયદાથી શું ફાયદો ?" ટ્રેઈનનો અવાજ વાણિયાના મૌનને ગળી ગયો.

□

૨૮

વપ્રક્રીડા

– ક્યારેક આઈસબૉક્સને પોતે રેફ્રિજરેટર છે એવો વહેમ પડે છે. એનો આવો વહેમ થોડાક કલાકોમાં ઓગળવા માંડે છે.

– ક્યારેક વિપુલદર્શક કાચ (મૅગ્નિફાઈંગ ગ્લાસ)ને એવું લાગવા માંડે છે કે પોતે સૂક્ષ્મદર્શક યંત્ર (માઈક્રોસ્કોપ) છે. આવો ભ્રમ એના જીવન જેટલો ટકાઉ નીકળે એમ બને. ભ્રમનું આયુષ્ય પણ લાંબું હોય છે.

– ડાકોટા અને કોન્કૉર્ડ વચ્ચે માત્ર ગતિનો જ નહીં; બીજો પણ ફેર હોય છે. બંનેનું આભિજાત્ય જ જુદું. વળી ખેતરો પર દવા છાંટવા માટે હેલિકૉપ્ટર ચાલે; ડાકોટા ન જ ચાલે અને કોન્કૉર્ડ તદ્દન નકામું સાબિત થાય.

– બુલડોઝર અને ટ્રેક્ટર; બંનેની ખાનદાની જ જુદી. એકનું કામ માટીને ઉખેડીને બધું સરખું કરવાનું જ્યારે બીજાનું કામ માટીને કેળવવાનું અને એની ખેડ કરવાનું. આપણને ગરજ બંનેની પણ બંનેના મિજાજ જ જુદા !

– મેગાફોન લાખ પ્રયત્ન કરે પણ તે કદી માઈક્રોફોન ન બની શકે. બંનેનો સ્વધર્મ એક જ અને તે અવાજને હડસેલો મારીને દૂર સુધી પહોંચતો કરવાનો. માઈક્રોફોન વાપરે તે નેતા અને મેગાફોન વાપરે તે કાર્યકર્તા.

— કાર્યકર્તાને નેતા બનવાની બહુ હોંશ હોય છે, પરંતુ તે માટે કાર્યકર્તા મટી જવું પડે છે. જેને કામ જ કરતાં રહેવું હોય તેને નેતાગીરી માટે સમય જ નથી મળતો. નેતાને પણ કાર્ય માટે ભાગ્યે જ સમય મળે છે. બંનેનાં કુળ એક જ પણ ધર્મો જુદા. એકનું કામ મૂળમાંથી રસકસ ખેંચીને 'તંદુરસ્ત' બનવાનું; જ્યારે બીજાનું કાર્ય મૂળિયાંને પાણી પાઈને સીંચવાનું. નેતાની પણ પ્રામાણિક ઇચ્છા રહે છે કે કાર્યકર્તાઓ જીવનભર કાર્યકર્તાઓ જ રહે. એમના વગર મૂળિયાંને સીંચન કરવાનું રચનાત્મક કાર્ય રઝળી પડે એ નેતાનેય ન ગમે.

— ખૂણામાં પડેલું ટ્રાન્ઝિસ્ટર કોઈ સાંભળતું ન હોય તોય અવાજની ઊલટી કરતું જ રહે છે કારણ કે એ સ્વયં કોઈ બીજાના તાબામાં છે. નિર્જીવ ટ્રાન્ઝિસ્ટરનો જીવંત માલિક પણ આખો દિવસ બોલ્યે જ રાખે છે. રાત પડે અને બંને શાંતિથી સાથે જ સૂઈ જાય છે ! જાગે એટલે બંનેના લવારા શરૂ ! ક્યારેક કલમ પણ લવારે ચઢે છે.

— માણસ 'જાગે' છે; ટ્રાન્ઝિસ્ટર જાગતું નથી. એની તો માત્ર 'સ્વિચ ઑન' થાય છે. માણસ ઊંઘે છે જ્યારે ટ્રાન્ઝિસ્ટરની તો 'સ્વિચ ઑફ' થાય છે. જોકે ક્યારેક સળેખમ બંનેને થાય છે.

— ટ્યૂબલાઈટ એનું કામ કરે; સર્ચલાઈટ એનું કામ કરે. બંને વચ્ચે પ્રકાશ સિવાય કશું સામાન્ય નથી. અને એ શું ઓછું છે ! બંને વચ્ચે સરખામણી કરનારો અક્કલનો ઓથમીર અને એ કારણે પોતાનું માનસિક સ્વાસ્થ્ય ગુમાવનારો અક્કલનો બારદાન.

— આંબો આંબો છે, આસોપાલવ આસોપાલવ છે. આંબો સફળ (ફળ સહિત) ગણાય જ્યારે આસોપાલવ નિષ્ફળ (ફળ રહિત) ગણાય એટલું જ પરંતુ બંનેનું વૃક્ષત્વ આદરણીય ગણાય.

– કોઈ ગાંડા હાથીના ગંડસ્થળને ખંજવાળ આવે ત્યારે વૃક્ષ જોખમમાં આવી પડે છે. હાથી વૃક્ષને ક્યાં તો ખાય કે પછી ખંજવાળે છે. બંને બાજુથી વૃક્ષને તો નુકસાન જ છે. મૂળ વાત વૃક્ષત્વને બચાવી લેવાની છે.

– કૂતરું ગમે તેટલી મીઠાશથી ભસે તોય એ અવાજને કોઈ ‘કૂકડે કૂક’ નથી કહેતું. એકને કારણે ઊંઘમાં ખલેલ પડે ત્યારે બીજાને કારણે ‘જાગી’ જવાય. વિવેચક ‘કૂકડે કૂક’ કરે પણ ભસે નહીં. વિવેચક અને બબૂચકમાં આટલો ફેર.

– ભસવું એ કૂતરાનો મૂળભૂત અધિકાર છે, પણ આપણી ઊંઘનું રક્ષણ કરવાનું બીજાને ન જ સોંપાય.

– ખંજવાળ પણ જાતજાતની હોય છે.

– ગાંડા થવાનો ઇજારો માત્ર હાથીનો નથી હોતો.

– હાથીની વપ્રક્રીડા કાલિદાસ જેટલી નહિ, હાથી જેટલી જૂની છે. વપ્રક્રીડા કરવાનો હાથીનો મૂળભૂત અધિકાર સૌએ સ્વીકારવો જ રહ્યો.

□

૨૯

ટહુકાની સંગાથે

સામે કેશિયાના વૃક્ષની ટોચે એક નાની ડાળખી પર કોયલ બેઠી છે. ઘરમાં દૂરબીન નથી તેનો વસવસો રહી જાય એટલી વાર સુધી એ બેઠેલી જ રહી. આમ તો એ ખાસી નજીક હતી અને છતાં દૂરબીન એને વધારે નજીક લાવી મૂકત. કોયલ અને માણસ વચ્ચેનું અંતર હવે દૂરબીન જ ઘટી શકે તેમ છે. કોયલનો સ્વભાવ આમ તો આમ્રઘટામાં સંતાઈને ટહુકાની લ્હાણ કરતા રહેવાનો છે. નેપથ્ય છોડીને રંગમંચ પર આવવાની એને ટેવ નથી, પરંતુ આજે તો છેક ટોચ પર એ એવી રીતે બેઠી હતી જાણે આસપાસના આકાશની સામ્રાજ્ઞી ન હોય ! કોઈ રુઆબદાર સામ્રાજ્ઞી વારાફરતી હુકમ છોડે એમ એ સતત ટહુકા છોડતી હતી.

ગઈ કાલે સવારે ઘરની સામેના આંબાએ થોડાક ટહુકા મોકલી આપ્યા હતા. હીંચકે બેઠાં બેઠાં ચાળા પાડીને મેં કોયલને ચીડવવાનો પ્રયત્ન કરી જોયો હતો. બાળપણમાં ચાળા પાડીને કોયલને ખીજવવાની મજા ખૂબ લૂંટી હતી. આપણે ચાળા પાડીએ તેમ તેમ ટહુકાની ઝડપ વધતી જ જાય. ગઈ કાલે માંડ થોડી સફળતા મળી. કોઈને ચીડવવા માટે પણ થોડી પ્રેમસગાઈ જોઈતી હોય છે. કોઈ અમથું અમથું ચિડાય ત્યારે જાણવું કે કોઈક ઘટના બની છે. ઘટના એટલે શું ? ખબર ન પડે ને કંઈક બની જાય તે ઘટના. ખબર પડે એ રીતે જે બને તે બનાવ. પ્રેમ એ ઘટના

છે, જ્યારે લગ્ન એ બનાવ છે. કાવ્ય સ્ફુરે એ ઘટના છે અને એ છપાય તે બનાવ છે. જીવન એક અનોખી ઘટના છે પરંતુ એ સદા બનાવોથી જ ઢંકાયેલી રહે છે. ગર્ભાધાન એ ઘટના છે જ્યારે સીમંત (અઘરણી) એ બનાવ છે. મૃત્યુ એ ઘટના છે અને બેસણું એ બનાવ છે. કોઈ સંતને સાક્ષાત્કાર થાય એ ઘટના છે અને એ દિવસની વર્ષોવર્ષ ઉજવણી થાય એ બનાવ છે. પ્રિયજનો વચ્ચેનો વિયોગ (વિશિષ્ટ યોગ) એ એક ઘટના છે, પરંતુ તેનું વર્ણન એને બનાવમાં ખપાવી દે છે. ઘટના પર સતત બનાવોનું આક્રમણ થતું રહે છે.

આ અર્થમાં કોયલનો ટહુકો આમ્રઘટામાં બનતી એક આમ્રઘટના છે પરંતુ તેના પરનો લેખ એક બનાવ છે. આકાશને જ્યારે સોળ શૃંગાર સજવાનો અભરખો થાય ત્યારે મેઘધનુષ નામની ઘટના બને છે. કોયલને તો કદાચ દૂરબીનથી થોડીક નજીક લાવી શકાય પરંતુ મેઘધનુષ માટે એ ખાસ કામનું નહીં. જ્યારે આગગાડી ખરેખર આગને હૃદયમાં દબાવીને દોડતા વરાળયંત્રથી ચાલતી હતી ત્યારે ડબ્બામાં બેઠા બેઠા ઍંજિને છોડેલી વરાળમાં રચાતું મેઘધનુષ જોવા મળતું. પછી તો ઉમાશંકરે કપડાં ધોતી વખતે ઊડતા જળશીકરો દ્વારા રચાતા મેઘધનુષ પ્રત્યે લગભગ બેભાન એવા ધોબી પર કાવ્ય લખીને આપણો જ કાન અમળાવેલો. હવે બાળકો સાબુના પરપોટા છોડીને મેઘધનુષને સાવ જ હાથવગું બનાવી મૂકે છે. એક ઘટના ધીમે રહીને કેવી રીતે બનાવની કક્ષાએ ગબડી પડે છે તેનું આ તો માત્ર દૃષ્ટાંત છે.

પૂર્વ એશિયામાં આવેલા ટાપુઓ પર સમુદ્રમાં ઝૂકીને પોતાનું પ્રતિબિંબ જોવા મથતા હોય એવા ડુંગરોની ઊંચી ઊંચી ભેખડોમાં કોલોકાલિયા નામનાં પક્ષીઓ પોતાની લાળરસમાંથી માળો બનાવે છે. આ લાળરસ તરત થીજીને કાચલી જેવો બની જાય છે. પક્ષીઓ આવા માળા વર્ષમાં બે-ત્રણ વાર બાંધતા હોય છે. ખૂબ ઊંચાઈ

પર આવેલા આ માળા ભેગા કરવામાં જીવનું જોખમ રહેલું હોય છે. એકઠા કર્યા પછી આ માળાઓને ચીનની બજારોમાં વેચવામાં આવે છે. થીજી ગયેલા લાળરસના માળાનું સૂપ ચીનમાં ખૂબ જ સ્વાદિષ્ટ વાનગી ગણાય છે. આકાશના ખોળામાં કોઈ ડુંગરની ટોચ પર નર અને માદા વચ્ચે બનતી કોઈ અપૂર્વ ઘટના દ્વારા સર્જાતા રોમાંચનો માળો જોતજોતામાં બજાર સુધી પહોંચી જાય છે. માણસને પશુપક્ષીઓ પ્રથમ નંબરનો વિલન નહીં ગણતા હોય ?

કાલિદાસે કોયલને લુચ્ચી ગણાવી છે. શકુંતલાનો અસ્વીકાર કરતી વખતે સ્ત્રીઓની પટુતા (અશિક્ષિત પટુત્વં) અંગે મહેણું મારતી વખતે કાગડા પાસે પોતાનાં ઈંડાં સેવડાવી લેતી લુચ્ચી કોયલની વાત દૃષ્ટાંત કરે છે. આમ માણસની લુચ્ચાઈનું આરોપણ કોયલમાં કરવામાં આવે છે. મનોવિજ્ઞાનની ભાષામાં આવા આરોપણને પ્રક્ષેપ કહે છે. કોયલ ભોળી પણ નથી હોતી કારણ કે, લુચ્ચાઈ જેવું કાંઈક હોય ત્યાં જ ભોળપણ સંભવી શકે. કોયલ તો બસ, કોયલ હોય છે. બીજું કશું નહીં.

કોયલ સાથેનું અંતર ઘટાડવાનો સારો રસ્તો દૂરબીનથી એને જોવાનો નથી. ખરો રસ્તો વગડા સાથેની આપણી હજારો વર્ષ જૂની દોસ્તી ફરીથી તાજી કરવાનો છે. આવી દોસ્તી તો વસંતમાં જ જામે. ટહુકો એ તો દોસ્તીનો હાથ લંબાવતા વગડાનો ઇશારો (gesture) છે. ટહુકાની સંગાથે વગડામાં પહોંચી જવાની આ મોસમ છે.

□

·૩૦·

અપરિચય

રેલવે લાઈન પર કામ ચાલતું હોય ત્યારે બે સ્ટેશનો વચ્ચેના ઉજ્જડ એકાંતમાં થોડાંક તગારાં અને તીકમ શાંતિના ગઢમાં ગાબડું પાડતાં રહે છે. ભીડને લીધે સડસડાટ વહી જતી ગાડી ધીમી પડે છે અને પછી સલૂકાઈથી રવાના થઈ જાય છે. કામ કરતા મજૂરો એ ગાડી દેખાય ત્યાં સુધી એક પ્રકારની વસ્તીનો અનુભવ કરે છે. ગાડી દેખાતી બંધ થાય એટલે તીકમ-પાવડા અને તગારાંનો સંસાર શરૂ થાય છે.

જીવનની ગાડીનો માર્ગ આવો નિશ્ચિત નથી હોતો. ઉડ્ડયન કદી પાટે પાટે નથી થતું. પુસ્તકિયું જ્ઞાન ટ્રેઈનની મુસાફરી જેવું છે. બે સ્ટેશનો વચ્ચે પાસ કઢાવીને રોજ અપ-ડાઉન કરનારો વર્ષો સુધી એમ કરે તોય ઝાઝું જોવા નથી પામતો. પાટાની આસપાસની મર્યાદિત સૃષ્ટિ જ એ જાણવા પામે છે. એનાં એ જ મકાનો, એ જ ખોલીઓ, એ જ થાંભલાઓ અને એ જ વૃક્ષો. પુસ્તકની લીટીઓ ગાડીના પાટાઓ જેવી સમાંતર હોય છે. એ પુસ્તકને હજાર વાર વાંચનારો પણ એની એ જ લીટીઓ પરથી પસાર થતો રહે છે.

આપણે કાયમ શબ્દો પર તરતા રહીએ છીએ. ક્યારેક નિ:શબ્દતામાં ડૂબકી મારવાનું થાય ત્યારે અકળામણ પણ થાય છે. માણસ માટે દુનિયા પર ક્યાંય કોઈ અભ્યારણ્ય બન્યું સાંભળ્યું

નથી. સર્વ દિશાઓમાંથી સતત ભયનાં મોજાં છૂટતાં જ રહે છે, મૃત્યુનો ભય, શત્રુનો ભય, પ્રતિષ્ઠાનો ભય અને સ્વતંત્રતાનો ભય (fear of freedom). ભયમાંથી બંધન જન્મે છે. મૃત્યુના ભયમાંથી જીવનનું બંધન જન્મે છે. શત્રુના ભયમાંથી મિત્રત્વનું બંધન જન્મે છે. પ્રતિષ્ઠાના ભયમાંથી દંભ અને દર્પનાં અનેક બંધનો ફણગાતાં રહે છે. સ્વતંત્રતાના ભયમાંથી ગુલામીનું બંધન પેદા થાય છે અને ધીમે ધીમે જીવન જેટલું જ વહાલું લાગવા માંડે છે.

નિશાળોમાં ગણવેશ ફરજિયાત હોય છે. સાધુઓને અનેક ભગવાં બંધનો હોય છે. સ્ત્રીઓને અમુક જ પોશાક શોભે અને પુરુષોને અમુક જ શોભે. વળી અમુક ઉંમરે જે પોશાક શોભે તે બીજી ઉંમરે ન પણ શોભે. ડિનરપાર્ટીમાં અમુક પોશાક જોઈએ અને બેસણામાં જવાનું હોય ત્યારે જીવનના તમામ રંગોને ઓહિયાં કરી જનારો સફેદ રંગ પસંદગી પામે.

બંધનો આપણને સીમિત બનાવી મૂકે છે. નિ:સીમના પરિચયમાં આવવાની પ્રત્યેક તક આ રીતે જતી રહે છે. સુરતનું ફરસાણ, વડોદરાનો ચેવડો, ખંભાતનું હસવાસન, ભરૂચની સૂતરફેણી, ભાવનગરનાં ગાંઠિયાં, મથુરાના પેંડા, આગ્રાના પેઠા અને મુંબઈનો આઈસ હલવો વખણાય છે. આ સાચું હોવા છતાં જે તે સ્ટેશનેથી આ વાનગીઓ લઈએ ત્યારે એમાં ઝાઝો દમ નથી હોતો. આ વાનગીઓની મઝા માણવા માટે તે શહેરની જૂની અને જાણીતી દુકાન ખોળવી પડે. પુસ્તકિયું જ્ઞાન પ્લૅટફૉર્મ પરથી ખરીદેલી વાનગી જેવું બીજી કે ત્રીજી કક્ષાનું હોય છે.

ઘણા લોકો ઇંગ્લૅંડ જઈ આવે છે. એમને મન તો ઇંગ્લૅંડ એટલે જાણે લંડન. એક મિત્ર ત્રણ વખત ફ્રાન્સ જઈ આવ્યો પરંતુ એણે કદી પેરિસની બહાર પગ નથી મૂક્યો. ઈટલી એટલે બસ રોમ ! કોઈ દિલ્હી કે મુંબઈ જ જોઈને ભારત વિષે અનુમાનો કરવા માંડે તે કેટલું વિચિત્ર છે ! સુરતનો પોંક ખાધા વગર,

મથુરાના પંડાઓની હેરાનગતિ માણ્યા વગર, ઋષિકેશ આગળ ખળખળ વહેતી ગંગામાં જીવન ઝબોળ્યા વગર, કેરાલાનો વૃક્ષવૈભવ નીરખ્યા વગર, ઉત્તર પ્રદેશ (કે પ્રશ્નપ્રદેશ ?)ની અરાજકતા, બિહારની ક્રૂર અવ્યવસ્થા તથા અમદાવાદનો સાબરમતી આશ્રમ જોયા વગર 'ભારત જોયું' એમ કહેવું એ પાકશાસ્ત્ર વાંચીને ઓડકાર ખાવા બરાબર છે.

પુસ્તક વાંચીને ઘણા યોગ શીખે છે. પુસ્તક વાંચીને કેટલાક હોમિયોપેથી, રેડિયો-રિપેરિંગ, વક્તૃત્વકળા, મિત્રો બનાવવાની કળા, સુખી થવાની કળા અને જ્યોતિષવિદ્યા શીખે છે. કૃષિ યુનિવર્સિટીના વિદ્યાર્થીઓ તો કાગળ પર પણ ચાસ પાડે છે. કાગળ પર જ વાવણી અને કાગળ પર જ કાપણી.

પુસ્તક પરથી બધું જ શીખી શકાય એવી શ્રદ્ધા લગભગ વહેમની કક્ષાએ પહોંચી છે. આઈનસ્ટાઈન કાગળ પરથી મળતી માહિતીને 'સિન્થેટિક' જ્ઞાન કહેતા. 'તસવીર તેરી દિલ મેરા બહેલા ન સકેગી'– જેવી પંક્તિઓ તલત મહેમૂદને કંઠે સાંભળ્યા પછી પણ આપણી શ્રદ્ધા તો એલચીને બદલે એલચીના એસેન્સ પર અને ગુલાબને બદલે ગુલાબજળ પર જ હોય છે.

તીકમ, પાવડા અને તગારાંનો સંસાર ચાલતો જ રહે છે. આપણો અને નદીનો પરિચય હવે પુલ પરથી જ થતો રહે છે. નદીમાં રેલ આવે તોય પુલ પરના રસ્તાથી એ થોડી નીચે જ રહી જાય છે. આમ નદી અને આપણી વચ્ચેનું અંતર તો કાયમ જ રહે છે. લંડનમાં વેસ્ટમિન્સ્ટર આગળ થેમ્સ નદીની નીચેથી ભૂગર્ભ રેલવેમાં પસાર થતો મુસાફર પણ થેમ્સથી તો અતડો ને અતડો જ રહે છે ! ઘણાંખરાં શહેરોને આપણે માત્ર પ્લૅટફૉર્મ પરથી જ ઓળખતાં રહીએ છીએ.

□

૩૧

ઓવારો, ઍરપોર્ટ અને સ્કાયલૅબ

માણસ જ્યારે સફળતાપૂર્વક પ્રથમ વાર પાણી પર તર્યો હશે ત્યારે એના આનંદનો પાર નહીં રહ્યો હોય. સદીઓ વીતી ગઈ હશે આ સિદ્ધિ મેળવવામાં. કેટલાય ઇસમો પાણીમાં પડ્યા હશે અને પથ્થરની માફક ડૂબી મર્યા હશે. પાણી પર તરી શકાય છે એવી પ્રેરણા જીવતા માણસોને કદાચ પાણી પર તરતા મડદાએ આપી હશે. પ્રથમ વખત પાણી પર તરતા રહેવાનો પ્રયોગ કરનારને તે જમાનામાં કદાચ રાઈટ ભાઈઓ જેટલું જ માન લોકોએ આપ્યું હશે.

પક્ષીઓ આકાશમાં ઊડે છે એ ખરું પરંતુ ખરેખર તો એ હવામાં તરતાં હોય છે. પક્ષીઓ એટલે હવામાં તરતી માછલીઓ. વિમાન એટલે હવામાં તરતી હોડીઓ. રાઈટ ભાઈઓએ હવામાં નૌકાવિહાર કર્યો અને જાણે એક નવો યુગ શરૂ થયો. માણસને હજી હવામાં તરવાની તરકીબ નથી મળી.

હવામાં નૌકાવિહાર શરૂ થયો ત્યાર પછી એક સદી વીતે તે પહેલાં તો માણસે અવકાશમાં પણ નૌકાવિહાર શરૂ કરી દીધો. હવામાં એ તરી ન શક્યો અને અવકાશમાં પણ એ હજી તરી નથી શક્યો. તરવાની બાબતમાં હજી એ પાણી સુધી જ પહોંચ્યો છે. એની હોડી મોટી થઈ અને વહાણ બન્યું. વહાણ મોટું થયું

અને જહાજ બન્યું. જહાજને આગની શક્તિ પ્રાપ્ત થઈ એટલે આગબોટ બની. 'જહાજ' શબ્દ પછી પાણીની સીમ વટાવીને હવામાં પ્રસર્યો અને 'હવાઈ જહાજ' હવામાં 'તરતાં' થયાં. 'જહાજ'ની ઉત્ક્રાંતિ હવાને પણ વટાવી ગઈ અને આપણને અવકાશયાન મળ્યાં. માણસે આમ અવકાશમાં પણ નૌકાવિહાર કર્યો ! નાનકડી હોડીને કે હોડકાને કોટિયું કહે છે. આ કોટિયું આજે છેક મંગળ સુધી પહોંચ્યું છે.

પાણી સાથેના સંપર્કનું સ્મારક રચવાનું મન થયું એટલે માણસે ઓવારો બાંધ્યો. હવા સાથેના પરિચયને કાયમી બનાવવા માટે ઍરપોર્ટ તૈયાર થયાં. માણસના લોભને થોભ નહીં. એને નિ:સીમ અવકાશમાં પણ ઓવારો બાંધવાનું મન થયું અને એણે 'સ્કાયલૅબ' (અવકાશી પ્રયોગશાળા) તૈયાર કરી ! આમ આપણી પ્રગતિના તબક્કા ત્રણ શબ્દોમાં વ્યક્ત કરી શકાય : (૧) ઓવારો (૨) ઍરપોર્ટ અને (૩) સ્કાયલૅબ.

લોકોમાં એક વહેમ પ્રચલિત છે. લોકો માને છે કે પથ્થર પીગળી ન શકે. કોઈ તદ્દન હૈયાસૂનો માણસ પીગળવાની ના પાડે ત્યારે લોકો કહે છે કે, પથ્થર પીગળે પણ એ નહીં પીગળે. આમ કેટલાક માણસોનું દિલ પથ્થર જેવું હોય છે. આ વાતમાં પથ્થરને ભારોભાર અન્યાય થાય છે. પથ્થર પીગળે છે એટલું જ નહીં, પથ્થરની વરાળ પણ બની શકે છે. એ માટે ખૂબ જ ઊંચા ઉષ્ણતામાનની જરૂર પડે છે. આપણી પૃથ્વી સૂર્ય તરફ ઘસડાવા માંડે તો એક પળ એવી આવે જ્યારે એ પીગળવા માંડે. પછી પણ એ નજીક જવાનું ચાલુ રાખે તો વરાળ બની જાય. સૂર્યના પેટમાં તો ઘન અને પ્રવાહી ટકી જ નથી શકતાં. એ સ્વયં એક અતિશય મોટો 'હાઈડ્રોજન બૉંબ' છે. યાદ રહે કે આપણો સૂર્ય તો એક તદ્દન મધ્યમ કક્ષાનો (મિડિયોકર) સૂર્ય છે.

દુનિયા પરથી ધર્મના, જ્ઞાતિના અને ક્ષુલ્લક સ્વાર્થના

ઝઘડાઓ ક્યારેય ખતમ થશે ખરા ? એમ લાગે છે કે આવા ઝઘડાઓનું આયુષ્ય હવે બહુ લાંબું નથી. અણુબૉંબની શોધ એક અત્યંત ભૂંડી ઘટના છે એ સાચું, પરંતુ એની હાજરીને કારણે વિશ્વયુદ્ધની સંભાવના ઘટી રહી છે. અણુબૉંબ હજી નાનાં નાનાં યુદ્ધો અટકાવી નથી શક્યો.

જાહેર હવાઈયાત્રા અને અવકાશયાત્રા અદનામાં અદના માનવી માટે તદ્દન ઓછા ખર્ચે શક્ય બનશે ત્યારે નાના ઝઘડાઓ શમવાની શરૂઆત થશે. આર્થર ક્લાર્કે સન ૨૦૦૨ સુધીમાં ચંદ્ર પર જવા માટે 'ફૅરી સર્વિસ' ચાલતી હશે એવું આશ્વાસન આપ્યું છે. એ તો કહે છે કે સન ૨૦૦૨માં ચંદ્ર પર જવા માટેના બળતણનું કુલ ખર્ચ આઠ ડોલર હશે. ક્લાર્કની ઘણીખરી આગાહીઓ ખરી પડી છે.

સાચું કહું છું : ધર્મને નામે, પક્ષને નામે, દેશને નામે, સિદ્ધાંતને નામે જેટલું લડાય તેટલું લડી લો. હવે એ માટે સમય થોડોક જ રહ્યો છે; પછી આવો મોકો નહીં મળે. ચંદ્ર પર જઈ આવેલો કડવો પાટીદાર પછી કડવો શી રીતે રહી શકશે !

□

૩૨

ખરબચડી સ્મરણયાત્રા

નીંદરને કાંઠે આવેલું શમણાનું ગામ શૈશવની કેટલીક ખરબચડી સ્મૃતિઓને જાળવીને પડી રહ્યું છે. હજીયે ગામ જવાનું થાય ત્યારે મોટી ઉંમર સાથે જડાયેલો પાકટ અભિશાપ પાદરે મૂકીને શિશુભાવે ફળિયામાં દાખલ થઈ જાઉં છું. થોડીક ક્ષણો માટે, રશિયન કવિ યેવન્તુ શૅન્કોના શબ્દોમાં કહું તો, મારું શૈશવ મને મળવા આવી પહોંચે છે અને પછી છોભીલું પડીને પાછું ચાલ્યું જાય છે. આમ એકાએક આવી પહોંચેલા મારા જ શૈશવને હું પારકો લાગ્યા કરું છું. આવું બને ત્યારે જ માણસને લોકો મોટો માણસ કહેતા હશે ને !

બધું એકસામટું યાદ આવે છે. એક અપંગ ભિખારી હતો જે શેરીને છેવાડે આવેલા બંધ ઘરને ઓટલે કાયમ પડી રહેતો. એનું નામ હતું ગોવન ગધેડી. આવું ઉપનામ ગોવનને કોણે આપ્યું એ જાણવા માટેની ઉત્સુકતા બતાવવા જેટલા ઠાવકા અમે તે વખતે નહોતા. અમારા એક ગોઠિયાએ ગોવન પાસે ભેગું થયેલું ભીખનું પરચૂરણ પડાવી લીધેલું તે પણ યાદ છે. રાષ્ટ્રીય ચળવળના એ દિવસોમાં પોતાની તોતડી વાણીમાં ગોવન વારંવાર બોલતો : 'મહાત્મા ગાંધીજી કી...જે' અને 'ઇન્કિલાબ... ઝિંદાબાદ.'

બીજું એક પાત્ર બરાબર યાદ છે. એનું નામ હતું દલપત

પિસ્તોલ. એ મેલો લૉંગ કોટ એવી રીતે પહેરતો કે એની છાતીની પાંસળીઓ દેખાયા કરે. એની એક ખાસિયત હતી. એ રસ્તા પર ચાલે ત્યારે એકબાજુએ ઓટલા કે વાડની તદ્દન નજીક રહીને ચાલતો. એ જમાનામાં રસ્તા પર ટ્રાફિક તો નહિ જેવો રહેતો. આજે જો રાહદારીઓ દલપત પિસ્તોલનું અનુકરણ કરે તો મોટર કે સ્કૂટરવાળાઓને હૉર્નનો ઉપયોગ કરવાની તક જ ન મળે અને અકસ્માત અશક્ય બની જાય. દલપત ચાલતો ત્યારે કાયમ કશુંક બબડ્યા કરતો. એ બે કામ કરતો : ભીખા લુહારને ત્યાં ધમણનો દાંડો ઊંચોનીચો કરવાનું અને વાસણો પર નામ પાડવાનું. આજેય મારા ઘરમાં એવાં કેટલાંય વાસણો છે જેનાં પર નામ દલપતે પાડ્યાં હોય. દલપતની એક ફરિયાદ કાયમ રહેતી અને તે એ કે લોકો એને છેતરી જાય છે. બાળકો એને કદી દલપત નહોતાં કહેતાં, માત્ર પિસ્તોલ કહેતાં. પિસ્તોલ થોડોક ગંદો રહેતો. 'ચીંથરેહાલ' શબ્દ આજે પણ સાંભળું ત્યારે મને દલપત પિસ્તોલ અચૂક યાદ આવી જાય. એ આજે નથી પરંતુ એટલું ચોક્કસ કે વાસણ પર નામ પડાવીને 'પૈસા પછી લઈ જજે' કહેનારા કેટલાય લોકો પાસે હજી દલપતનાં લેણાં નીકળતાં હશે. આવા લોકોમાં દલપતને મફત બીડી આપનારાઓનો સમાવેશ નથી કર્યો એટલી સ્પષ્ટતા કરી લેવી જોઈએ.

નાનુ મહારાજને પણ કેમ ભુલાય ! એમની એક આંખ કાશ્મીર ભણી જુએ તો બીજી કન્યાકુમારી ભણી રમતી હોય. માયરામાં વરકન્યા વચ્ચે અંતરપટ ઝાલીને એ ઊભા હોય ત્યારે એમની નજર ક્યારે કન્યા તરફ અને ક્યારે વર તરફ જતી તેની એમના સિવાય બીજા કોઈને ખબર નહોતી પડતી. એ ગોરપદું કરતા અને સંસ્કૃત મંત્રો ભણતી વખતે એકાદ શબ્દનો ઉચ્ચાર પણ શુદ્ધ ન હોય એની કાળજી રાખતા. અનેક લોકોનાં લગ્ન કરાવ્યા પછીય એમને તો કુંવારા જ રહેવું પડેલું. ગૃહસ્થાશ્રમાકાંક્ષી પુરુષને કન્યા ન મળે ત્યારે લોકો એને વાંઢો કહે છે. નાનુ

મહારાજને મહોલ્લાની સ્ત્રીઓ મશ્કરીમાં કહેતી : 'મહારાજ, લગ્ન ક્યારે કરવાના છો ? અમને બોલાવવાનું ભૂલતા નહીં, હં કે !'

એક પ્રસંગ યાદ આવે છે. અમે ગામની બહાર સડક પર ફરવા ગયેલા અને નાનુ મહારાજ મળ્યા. એમના કાંડા પર એક મોટા કદની ઘડિયાળ શોભી રહી હતી. અમારી નજર એના પર પડે અને અમે કશુંક પૂછીએ એવી આશા ફળી નહીં એટલે એમણે જ ઘડિયાળનો મહિમા ગાવા માંડ્યો : 'આ ઘડિયાળ તે ઘડિયાળ છે. પૂરા નવ રૂપિયા આપ્યા છે. આજે એક જણ બાર આપવા તૈયાર છે. એ છે તો સેકન્ડ-હૅન્ડ પણ નવીને ટક્કર મારે તેવી છે. મેં એક વાર દોસ્તને વાપરવા આપી. એણે પૂરા બે દિવસ એને કાંડા પર પહેરી રાખીને ટ્રક ચલાવી. ટ્રક ચાલે ત્યારે ડ્રાઈવરના હાથમાં 'ગવંડર' હોય એટલે ઘડિયાળ તો ધણધણી જ ઊઠે ને ! પણ આ ઘડિયાળનું મશીન એટલું પાવરફૂલ કે એ બંધ ન પડી.

અમે સૌએ એમની આ ભ્રમણાને ટેકો આપેલો. તેઓ ઘડિયાળ લાવવામાં સફળ થયા એ રીતે પત્ની લાવવામાં સફળ ન થયા એનું અમનેય દુઃખ હતું. આજે નાનુ મહારાજ જીવે છે અને એમને એક દીકરી છે. સમયસર પરણી જઈને એમની મશ્કરી કરનારાઓની સરખામણીમાં મોડા પરણેલા નાનુ મહારાજનો સંસાર એકંદરે વધારે સુખી છે એવી એમની મશ્કરી કરનારાઓ જ ખાનગીમાં કબૂલે છે.

આવી તો અનેક સ્મૃતિઓ આજે એકાએક જાણે શલ્યામાંથી અહલ્યા બનીને આંખ સામે સળવળે છે. પ્રેમાનંદ પાવલી યાદ આવે છે. એના ગાંડપણની સિઝનમાં એ મધરાતે ઊઠીને લાઈટના થાંભલા પર જોરથી દંડો અફાળી ફળિયું ગજવી મૂકતો. પોલીસ ઑફિસરનો વેશ પહેરીને એ પોતાના ગાંડપણનો ઢંઢેરો આખા ગામમાં પીટતો. તે જમાનામાં માતાઓ બાળકને ઊંઘાડી દેવા માટે

કહેતી, 'ઊંઘી જાય છે કે પોલીસને બોલવું ?' કદાચ એ જ બાળકો મોટાં થઈને હવે પોલીસને હેરાન કરી રહ્યાં છે.

અમારા દોસ્ત કપિલ મુનિ કાગળ ખાવા માટે જાણીતા હતા. બીજા હતા ગજુભાઈ, જેને સૌ ગજુ 'બે પઈ' કહેતા. તેઓ બહુ ઇચ્છા છતાં પરણી નહીં શક્યા અને ગગા જેવા લાગતા પણ સોગઠાંબાજીની રમતમાં કોઈને નહીં ગાંઠતા. ઘરની સામે ભૂલી માસી રહેતાં હતાં. મહોલ્લામાં રમતાં બાળકોનો દડો ઓટલા પર જાય એટલે તેઓ એ લઈ લેતાં અને પછી થોડાક દિવસો સુધી ભાવ ખાટીને આપતાં. એક વાર થોડાક કલાકો માટે ગંગાસ્વરૂપ ભૂલી માસી ગામમાં રહેતા ભાઈને ઘરે ગયાં અને અમે એમના દરવાજે લટકતા તાળામાં ડામર પૂરી દીધો. આવા પરાક્રમ બદલ રાત્રે માતપિતાનો માર ખાધેલો ત્યારે ગિજુભાઈ બધેકા, નાનાભાઈ ભટ્ટ કે હરભાઈ ત્રિવેદીમાંથી કોઈ મદદે નહોતું આવ્યું.

મનુ દીવાન યાદ આવે છે. એના લહેરી સ્વભાવને ધ્યાનમાં રાખીને લોકોએ આ તખલ્લુસ મનુને આપ્યું હતું. ભાઈ ભણવાનું છોડીને સુરતની ધનામીલમાં (સંચે) કામે લાગી ગયેલા પણ ઠરીને ઠામ થવાનું એને પાલવે જ નહીં. બધાં અનિષ્ટોને તે પ્રેમથી આવકારતો. સુરતના મુગલીસરા (મુગલ સરાઈ પરથી થયું મુગલીસરા)માં આવેલી પરવાનો ધરાવતી વેશ્યાઓને ત્યાં એ વારંવાર જતો અને પછી ક્યારેક તાનમાં આવી જાય ત્યારે થોડી થોડી વાતો અમને પણ કરતો. એ વેશ્યાઓને ત્યાં કહેવાતા મોટા લોકો પણ ક્યારેક ભટકાઈ જતા તેની વાતો મનુ દીવાન અમને મીઠુંમરચું ભભરાવ્યા વગર કહેતો. જેમને જોઈને કોઈ કલ્પના પણ ન કરી શકે એવા પ્રતિષ્ઠિત વડીલો વેશ્યાગૃહે છાનામાના જતા. મનુ એ લોકોનાં નામો અમને હોંશેહોંશે જણાવતો.

છીબો બટકો આંખ સામેથી ખસતો નથી. જાતનો માછી. પૂરા ત્રણ ફૂટની નાનકડી પાતળી કાયા. કાળો વાન, પણ કપડાં

ઇસ્ત્રીદાર અને દૂધ જેવાં ઊજળાં પહેરે. બંને હાથે ઘડિયાળ પહેરે પણ સમય જોતાં નહીં આવડે. છીબો સ્ટીમર (ઇસ્ટીંબર)માં બબરચી તરીકે કામ કરતો અને આખી દુનિયા ફરી વળેલો. છીબાકાકાની સુરતી ગાળો સાંભળવાની ઇચ્છા થાય ત્યારે અમે એટલું જ પૂછતા : 'કાકા ! તમારી ઘડિયાળમાં કેટલા વાગ્યા ?'

છીબાની આજ્ઞાંકિત પત્નીનું નામ હતું, રાધા. રાધા પણ બટકી તો ખરી જ પણ છીબાથી વેંત ઊંચેરી. છીબાભાઈને એવો રોગ કે ઠંડા પાણીએ કલાકો સુધી નાહ્યા કરવાનું જોઈએ. રાધા માથે બેડું લઈને છેક બજારને નળે પાણી ભરવા જતી અને મોડી રાતે કલાકો સુધી છીબાકાકા માટે પાણી લાવતી રહેતી.

ઘણાં વર્ષો પછી આજે ક્યારેક રાંદેરમાં કોઈ સમારંભમાં પ્રમુખ બનીને ભાષણ કરવાનું થાય ત્યારે મારા મન પર શું વીતે છે એની ખબર શ્રોતાઓને ભાગ્યે જ પડે છે. સામે એવા તો કેટલાય શ્રોતાઓ હોય છે જેમણે મને કપડાં પહેર્યાં વગર ધૂળમાં રમતો જોયો હશે !

□

૩૩

હું જાણે ચારેય વર્ણોનું મ્યુઝિયમ

તાપીએ આસપાસનાં ખેતરોમાં સદીઓ દરમિયાન ઠાલવેલા કાંપથી મારો પિંડ બંધાયો છે. રાંદેરના ઘરમાંથી તાપી દેખાયા કરતી. ઉકાઈ-કાકડાપારની યોજનાઓ થઈ તે પહેલાંનાં વર્ષોમાં તો લગભગ દર વર્ષે તાપીના પ્રેમનો રેલો ઘર સુધી આવી પહોંચતો અને આખું ફળિયું એક-બે દિવસો માટે વેનિસ બની જતું. બારણામાં હોડીઓ ફરતી અને બેક્ટેરિયા અંગે ઝાઝી માહિતી ન હોવાને કારણે ડહોળાં પાણીમાં તરવામાં પણ કોઈ વાંધો ન હતો. આનંદની રેલમછેલ વખતે નિશાળમાં રજા પડી જતી તે નફામાં. અમે તો રેલ જલદી ઊતરી ન જાય તેવી પ્રાર્થના કરતા. ખલાસીઓ લાકડાં એકઠાં કરતા, બાળકો ભેગા મળી આનંદ એકઠો કરતાં અને માબાપ ચિંતાનો ભારો બાંધીને ઘરમાં બેસી રહેતાં. જેમના ઘરમાં પાણી છેક ચૂલા સુધી પહોંચ્યું હોય એવા લોકોને ખાવાનું પહોંચાડવામાં સ્વજનો વચ્ચે મીઠી હરીફાઈ થતી.

ઉકાઈનું પાણી છૂટ્યું હોય અને વળી ભરતીનો સમય હોય ત્યારે સુરતના હોપપુલ પરથી બે કાંઠે છલોછલ વહેતી તાપીને જોતી વખતે એની સાથે વહી ગયેલાં વર્ષોને મન ખોળતું જ રહે છે અને નસોમાં લોહીની સાથે તાપીનું પાણી વહેતું હોય એવી લાગણી થયા કરે છે. હવે તાપીએ કેટલો પ્રેમ ઠાલવવો તેનો નિર્ણય ઉકાઈમાં થાય છે. તાપી હવે ફળિયામાં કદી નહીં આવે.

કાંઠાઓ પર પથ્થરો અને સળિયાઓ ગોઠવીને એને ડાહીડમરી બનાવી દેવામાં આવી છે. હવે એ ખેતરો સુધી પહોંચે છે પણ તે આજ્ઞાંકિત દીકરી કે ગાયની માફક. સરકસની સિંહણ ગરજે ત્યારે પણ ગભરાટને બદલે કરુણાનો જ પૈગામ પહોંચાડે છે.

તાપીને જોતો રહું છું અને મન વિચારોમાં ખોવાઈ જાય છે. 'સિબિલ' નામના પુસ્તકમાં એક સાથે સોળ વ્યક્તિઓ ધરાવતી એક છોકરીની દાસ્તાન રજૂ કરવામાં આવી છે. ખૂબ ઊંડાણથી વિચારું છું ત્યારે આપણામાં પણ ચારેય વર્ણો એકસાથે સંપીને રહેતા હોય એવો વહેમ પડે છે. માણસ એકસાથે બ્રાહ્મણ, ક્ષત્રિય, વૈશ્ય અને શૂદ્ર છે એવું સતત લાગ્યા કરે છે. આ ચાર વર્ણો અંગેની સાદી સમજ કંઈક આવી છે :

—   માત્ર દ્રવ્યલાભ માટે ગમે તેવું અને તેટલું વૈતરું કરવાની વૃત્તિવાળો માણસ શૂદ્ર છે.

—   કર્તવ્યને ગૌણ ગણનારો, પરંતુ દ્રવ્યલાભને જ પ્રાધાન્ય આપતો માણસ વૈશ્ય છે. એ કર્તવ્ય જતું કરે, પણ દ્રવ્યલાભ ન છોડે. કદાચ આ જ કારણે વૈષ્ણવ થવું સહેલું છે, પણ વૈષ્ણવજન થવું ભારે મુશ્કેલ છે.

—   કર્તવ્ય અને દ્રવ્યલાભને સરખું પ્રાધાન્ય આપનારો ક્ષત્રિય છે. બેમાંથી એક જ પસંદ કરવાનું આવે ત્યારે એ લાભ જતો કરીને પણ કર્તવ્ય બજાવે. એક વાત ખરી કે બધા ક્ષત્રિયો કંઈ રાણા પ્રતાપ નથી હોતા.

—   કર્તવ્ય આગળ દ્રવ્યલાભને ગૌણ ગણનારો બ્રાહ્મણ છે. એના વ્યાકરણમાં દ્રવ્યવાચક નામનું નહીં પરંતુ ભાવવાચક નામનું મહત્ત્વ વધારે હોય છે. કોઈ જ્ઞાતિએ બ્રાહ્મણ હોય એટલે એને બ્રહ્મવિદ્યા પ્રત્યે નિષ્ઠા હોય જ એવું નથી. એને ખભે લટકતી જનોઈ એનામાં રહેલા બ્રાહ્મણપણાની અતિશય નબળી અને આધાર નહીં રાખી શકાય એવી સ્થૂળ સાબિતી છે.

આ બધી જ વૃત્તિઓના મ્યુઝિયમ જેવો હું સવારે બ્રાહ્મણ તરીકે ઊઠું છું અને પથારીભેગો થાઉં ત્યાં સુધીમાં શૂદ્ર બની ચૂક્યો હોઉં છું. દિવસ દરમિયાન થોડીક ક્ષણો માટે બ્રાહ્મણવૃત્તિ જાગે છે અને પાછી થોડી જ વારમાં એનો પત્તો પણ નથી મળતો. એમ લાગે છે કે પ્રત્યેક વ્યક્તિમાં ચારેય વર્ણો એકસાથે વાસ કરે છે અને પ્રશ્ન પ્રાધાન્ય કઈ વૃત્તિનું છે, તે જ છે. કોઈ વ્યક્તિને જન્મથી બ્રાહ્મણ, ક્ષત્રિય, વૈશ્ય કે શૂદ્રનું લેબલ મારી દેવું અને એ લેબલ એને જીવનભર વળગી રહે એવું કરવું એ એવું ગાંડપણ છે જે કહેવાતા ડાહ્યા માણસો તરફથી આપણને વારસામાં મળ્યું છે.

તાપીની માફક જીવન સદા વહેતું રહે છે. પુલ પરથી નીચે એકધારું જોયા કરવાથી પાણી સ્થિર હોય અને થાંભલો ખસતો હોય એવો વહેમ પડે છે. હું ત્યાં નો ત્યાં રહી જાઉં છું અને વરસો વહી જાય છે.

પ્રત્યેક ક્ષણે અંદર રહેલી શૂદ્રતાને હાંકી કાઢવાનો પુરુષાર્થ ચાલુ હોવા છતાં બ્રાહ્મણ સદા હારતો જ રહ્યો છે. એ હારતો રહે છે કારણ કે વિજયનો પણ એને ડર લાગે છે. આવા ભયને કારણે જનોઈ પણ એનું રક્ષણ નથી કરી શકતી. અસ્પૃશ્યતા પણ એના શૂદ્રત્વને ઢાંકી નથી શકતી. હું 'માણસ' છું એવું પુરવાર કરવા માટે સાબિતીઓ, સાક્ષીઓ અને પુરાવાઓ એકઠા કરી રહ્યો છું અને દુઃખની વાત એ છે કે સાંયોગિક પુરાવા તો મળે છે પરંતુ દાર્શનિક પુરાવા મળતા નથી.

ખોવાયેલા માનવ્યનો પત્તો આપનારને યોગ્ય બદલો આપવામાં આવશે: "પ્રિય, માનવ્ય, તું જ્યાં હોય ત્યાંથી ઘરે પાછું આવી જા. કોઈ તને વઢશે નહીં. જોકે, કોઈ તારી ચિંતા પણ નથી કરતું."

□

૩૪

શીતળતાનો ટાપુ

નર્મદાના દર્શનથી પાપનો નાશ થાય છે (નર્મદા દર્શને પાપનાશિની) એ વાતમાં શ્રદ્ધા ન હોય તોય એનો સથવારો તો આહ્લાદક બને જ છે. છેક વૈદિક સમયથી ભારતની લોકમાતાઓ પવિત્ર મનાતી આવી છે અને નર્મદાનું સ્થાન એ સૌમાં આગળ પડતું છે. એને કાંઠે સદીઓથી કંઈ કેટલાય ઋષિમુનિઓ તપશ્ચર્યા કરતા આવ્યા છે અને એની પરકમ્મા કરવાનો રિવાજ તો હજીય ચાલુ છે. સાચા અર્થમાં નર્મદા એક પાણીદાર નદી છે.

રજપૂતયુગના બ્રાહ્મણ સામ્રાજ્યના અવશેષ સમું ચાંદોદ અને વેદપાઠી બ્રાહ્મણોના ધામ સમું કરનાળી નર્મદાનો કાંઠો શોભાવે છે. અઢારસો સત્તાવનના બળવામાં અગત્યની કામગીરી બજાવનાર રંગો બાપુજીએ અહીંની ગંગનાથ ટેકરી પર બ્રહ્માનંદ મહારાજ તરીકે શેષ જીવન વિતાવેલું. અહીં જ મહર્ષિ અરવિંદે સ્વરાજ્યની ચળવળ વખતે ભૂગર્ભવાસ સેવેલો. વ્યાસ, અનસૂયા અને કબીરવડ જેવાં અનેક સ્થળોએ ફરતી વખતે તમને નર્મદાકિનારે એક વાયુમંડળની અનુભૂતિ રહ્યા કરે. અહીં તો જેટલા કંકર (પથ્થર) એટલા શંકર ! ક્યારેક અમરકંટક પણ જવું છે, પણ હજી મેળ ખાતો નથી. મને પાપ નાશ પામે એવી ઇચ્છા નથી; પાપકર્મ થતાં અટકે એવા જીવનની ઝંખના છે.

*

ટિટોડીના લયબદ્ધ સ્વરને ધરાઈને સાંભળવાની ઇચ્છા થાય ત્યારે નર્મદામાં હોડી લઈને નીકળી પડવું જોઈએ. ટિટોડીનો સ્વર વાયરાને ઊંચોનીચો કરી મૂકે એવા આરોહ-અવરોહવાળો જણાય છે. કહે છે કે કોયલનો ટહુકો એ ખરેખર તો નરકોયલનો હોય છે. ટિટોડી કે ટિટોડો એ બેમાંથી કોણ સંગીત રેલાવે છે એની ખબર નથી. એક વાત ચોક્કસ અને તે એ કે એ સંગીત કાંઠા પરથી વહેતું જ રહે છે. એને કારણે ગ્રીષ્મની બપોરે કરેલો નૌકાવિહાર આકરો નથી લાગતો.

પવનની ગરજ ગરમીની ઋતુમાં કોને ન હોય? આમ છતાં બે જણને પવનની જબરી પ્રતીક્ષા હોય છે. ખળીમાં જુવાર કે બાજરો ઉપણનાર ખેડૂત થોડીક ઊંચાઈએ હાથમાં ટોપલો લઈને ઊભો હોય છે. પવન પડી જાય ત્યારે એનું મોં પડી જાય છે. ભરબપોરે એની કાળી પડી ગયેલી પીઠ પરથી પરસેવાના રેલા ઊતરે તેને ભોંય પર ઊભેલી પત્ની જોતી રહે છે. બંને થોડાંક નિરાશ થાય છે. પરંતુ એટલામાં ક્યાંકથી પવન આવી ચડે છે અને ઝડપભેર ટોપલાઓ અપ ઍન્ડ ડાઉન કરવા માંડે છે.

પવનની આવી જ ગરજ સઢ ખોલીને હોડી ચલાવતા ખલાસીને હોય છે. હલેસાં મારી મારીને એ થાકી જાય છે પણ પવનનો એક સપાટો એની હોડીને થનગનતી કરી મૂકે છે. સઢ એ માણસે કરેલી એક મહાન શોધ છે. પાણી અને પવન વચ્ચે કંઈક સમજૂતી થાય ત્યારે સઢવાળી હોડી સડસડાટ અંતર કાપવા માંડે છે. આવી કોઈ સમજૂતીમાં ટિટોડી પોતાનો લયલહેરિયો સૂર પુરાવે ત્યારે બપોરની લૂ પણ સહ્ય બની જાય છે.

માલસર આગળ નર્મદામાં કલાકો સુધી સ્નાન કરવાની મજા માણ્યા પછી હોડીમાં બેસીને ભર બપોરે જ્યારે સામે કાંઠે આવેલી મઢી (મઢૂલી)એ પહોંચ્યા ત્યારે એક સવાસો (?) વર્ષની ઉંમરના સંતને મળવાનું થયું. લોકો એમને ભાવથી 'બાપુ' કહે છે. લગભગ સવા કલાક સુધી વાતો થઈ. ઊંચી ભેખડ પર ઊભેલાં વૃક્ષોની

ગોદમાં આવેલી મઢૂલીમાં બપોરના તડકાનું પોત પ્રકાશી નથી શકતું. સંતની હાજરીને કારણે મનને જે શીતળતા પ્રાપ્ત થાય તે તો જુદી. ગાયના છાણથી લીંપેલો ચોક અને ચોકમાં બેઠાં બેઠાં થતું વહેતી નર્મદાનું દર્શન મનને એક પ્રકારની ટાઢક આપે છે. આવા અનેક સંતોએ હજારો વર્ષો પર્યંત નર્મદાને કાંઠે સાધના કરી છે. કોઈ નવલકથામાં જ વર્ણનરૂપે વાંચવા મળે એવું આ સ્થાન બધી રીતે ગમી ગયું.

*

સંતને વંદન કરી પાછા આવવા હોડીએ આવ્યા ત્યારે ઍરકન્ડિશન્ડ ઓરડામાંથી બહાર નીકળતા હોઈએ અને બહારની ગરમી આપણા પર તૂટી પડતી હોય એવો અનુભવ થયો. ગરમીના મહાસાગરમાં શાંતિ અને શીતળતાનો એક ટાપુ છોડીને અમારી હોડી વહી જતી હતી. એક વાત સમજાતી ન હતી. સુકાન અને સઢની કોઈ કરામતને કારણે પવન જતી વખતે અને આવતી વખતે એમ બંને વખત મદદરૂપ થયો હતો. આવું શી રીતે બની શકે એ મને સમજાતું નથી પણ હોડી ચલાવનાર ખલાસીને સમજાતું હતું. એને અભણ કહેવાની મારામાં તો હિંમત નહોતી. એ દૂરથી છૂટેલા પવનને પાણીની સપાટીએ ઊઠતા તરંગોને આધારે આગળથી જોઈ શકતો હતો. આવી રીતે વારે વારે મદદે આવી પહોંચતો પવન એનો પરમ દોસ્ત હતો. નર્મદાના બંને કાંઠા સાથે એને સગપણ હતું અને ટિટોડી તો એની બહેનપણી હતી.

નર્મદાને કિનારે અનેક તીર્થો આવેલાં છે અને ખરા અર્થમાં નર્મદા 'તીર્થસલિલા' છે. હજુ એ ઝાઝી પ્રદૂષિત થઈ નથી એ એક મોટું આશ્વાસન છે. સરદાર સરોવર બંધ બંધાઈ રહે પછી એ જ્યારે કલ્યાગરી બનશે ત્યારે ગુજરાત જ નહીં, કચ્છનું રણ પણ લીલુંછમ બનશે. એક નદી એટલે શું તે બહુ ઓછા માણસોને સમજાય છે.

□

૩૫

ઉંમરલાયક માણસોની નાદાનિયત

એક કોરો કાગળ હળવા ફૂલ જેવો હોય છે, પણ એના પર વસિયતનામું લખાય ત્યારે એ કેવો વજનદાર બની જાય છે ! કોરા કાગળના એક નાનકડા ટુકડા પર નાસિકની ટંકશાળ રૂપિયા સોની નોટ છાપે ત્યારે એ જ ટુકડો રાતોરાત કેવો ભારેખમ બની જાય છે ! શિક્ષિત બેકારની મનોવ્યથા પ્રેમપત્રની રાહ જોતી કુમારિકા જેવી હોય છે. એક દિવસ ટપાલી આવે છે અને પરબીડિયું ફેંકીને ચાલતો થાય છે. એ પરબીડિયામાં તદ્દન સડી ગયેલા પીળા સરકારી કાગળનો એક ટુકડો હોય છે. એ ટુકડા પર ઍપોઈન્ટમેન્ટ ઑર્ડરનું લખાણ હોય છે અને એના અગ્નિ ખૂણે એક તદ્દન અજાણ્યા માણસની, સમજ ન પડે એવા નામવાળી સહી કરેલી હોય છે. પેલો શિક્ષિત બેકાર તો નાચી ઊઠે છે. હળવા કાગળના ટુકડા પર થયેલી એ સહી કેટલી વજનદાર હોય છે ! કોરા ચેક પર કરેલી સહીના વજનનો આધાર બૅંક બૅલેન્સ પર હોય છે.

ઇંગ્લૅંડમાં મેગ્નાકાર્ટા જે કાગળ પર લખાયું એ કાગળ કેટલો વજનદાર બની ગયો હશે ! રાતના અંધારામાં ક્યારેય ઓચિંતો તાર આવે છે અને એ વાંચીને આખું ઘર રડી ઊઠે છે. તારનો એક એક શબ્દ ડૂસકું બનીને અવાક્ બની જાય છે.

નવરાત્રિમાં બે જ બાબતોની બોલબાલા હોય છે. એક ગરબો

અને બીજો ગલગોટો. દિવસે બાગમાં ગલગોટાનો પીળો ઠસ્સો જોયા કરવાનો અને રાત્રે ફરતા ગીતના શબ્દોને માણતા રહેવાનું. આખું ફળિયું હળવું ફૂલ બનીને ગરબામય થઈ જાય છે.

હોદ્દાનું પોટલું માથે મૂકીને ચાલનારો માણસ હળવો નથી બની શકતો. દુકાનદાર જ્યારે તપેલીમાં તોલીને તેલ આપવાનું હોય ત્યારે પહેલાં ધડો કરે છે. બીજા પલ્લામાં કાટલું મૂકતાં પહેલાં ધડો કરવા માટે જે ચીજ હાથવગી હોય તે મૂકે છે. કોઈ કાંદાથી ધડો કરે છે તો કોઈ બટાકાથી કરે છે. કોઈ તેલના ખોળથી ધડો કરે છે તો વળી કોઈ પથરા મૂકે છે. પછી તપેલીમાં તેલ રેડે છે અને જોઈતાં કાટલાં મૂકીને તોલવાનું શરૂ થાય છે. તપેલીમાં શું રેડાય છે અને કેટલું રેડાય છે તેનું મહત્ત્વ છે. કઈ ચીજ ધડો કરવા માટે વપરાય છે એ બાબત ખૂબ ગૌણ છે. જીવનમાં માણસ પેટ ભરવા માટે જે કામ કરે છે તેનું નહીં પણ એ જીવનમાં શું કરે છે તેનું ખરું મહત્ત્વ છે. કોઈ પટાવાળાનું જીવન એના સાહેબ કરતાં વધારે સંપન્ન હોઈ શકે છે. કોઈ નર્સનું જીવન એ જેના હાથ નીચે કામ કરે છે તે ડૉક્ટર કરતાં વધારે સંપ્રાપ્તિવાળું હોઈ શકે છે. કોઈ માણસ જીવનમાં ધોબીકામનો ધડો કરે તો વળી કોઈ ભણાવવાનો ધડો કરે. કોઈ ખેડૂતનું કામ કરીને ધડો કરે અને કોઈ રાષ્ટ્રપતિના પદનો ધડો કરે. જીવવાની ખરી નિષ્પત્તિમાં ધડો કરવા વપરાતી ચીજનો ઝાઝો ફાળો નથી હોતો. ધર્મવ્યાધ ખાટકી હતો તોય એનું જીવન સાધુચરિત હતું.

સાચા અર્થમા ઉંમરલાયક માણસ કેવો હોય તેનો અણસાર રૉબર્ટ ટેસ્ટની નીચેની સૂચના પરથી આવી શકે છે. એ કહે છે :

> "એક દિવસ એવો આવશે જ્યારે જીવતા અને મરી રહેલા માણસો અંગે કામમાં રોકાયેલી હૉસ્પિટલના ખાટલા પરની સ્વચ્છ, સફેદ પથારી પર મારો દેહ લંબાયો હશે. ડૉક્ટર

કહેશે કે મગજ કામ કરતું અટકી ગયું છે અને જીવન લગભગ અટકી ગયું છે.

"આવે વખતે યંત્રની મદદથી મારામાં કૃત્રિમ જીવન રેડવાનો પ્રયાસ કરશો નહીં. મારી પથારીને કોઈ મરણપથારી કહેશો નહીં. એને જીવનપથારી કહેજો. "મારી આંખો, જેણે કદીય સૂર્યોદય, બાળકનો માસૂમ ચહેરો કે સ્ત્રીની આંખમાં નીતરતો પ્રેમ જોયો નથી એવા માણસને આપજો. મારું હૃદય એવા માણસને આપજો જેના હૃદયે સતત પીડા સિવાય બીજું કશું જાણ્યું નથી. મારું લોહી અકસ્માત વખતે મોટરના ભંગારમાંથી ખેંચી કાઢવામાં આવેલા કોઈ કુમારને આપજો; જેથી એ પોતાના દીકરાના દીકરાઓને રમતા જોવા જેટલું જીવે. મારી કિડની દર અઠવાડિયે યંત્રની મદદથી જીવતા રહેતા માણસને આપજો. મારાં હાડકાં કોઈ અશક્ત બાળકને ચાલવામાં મદદરૂપ થાય તે માટે આપી દેજો."

"મારા મગજનો ખૂણેખૂણો ફેંદી વળજો. જરૂર પડ્યે મારા કોશો લઈને ઉછેરજો જેથી કોઈ મૂંગો, બૅટ જ્યારે દડાને ફટકારે ત્યારે બરાડી ઊઠે અને કોઈ બહેરી છોકરી બારી પર પડતો વરસાદ સાંભળી શકે. પછી જે કંઈ વધે તેને બાળી મૂકજો અને રાખોડીને પવનમાં ખંખેરી મૂકજો જેથી ફૂલો ઊગી શકે. "તમારે જો કંઈ દાટવું જ હોય તો મારા દોષો, મારી નબળાઈઓ અને મારા સાથીઓ અંગેના મારા પૂર્વગ્રહો દાટી દેજો. "

"મારાં પાપો શેતાનને અને મારો આત્મા ભગવાનને આપજો. ભૂલેચૂકેય તમે મને યાદ કરવા ચાહો તો કોઈકને મદદરૂપ થઈને એમ કરી શકશો. જો તમે મેં કહ્યું, તે બધું જ કરશો તો હું સદાય જીવતો હોઈશ."

જીવનનાં જે વર્ષો મળ્યાં તેમાં શું ઉમેરવું એ નક્કી કરવામાં જ આપણે ગોથું ખાઈ જઈએ છીએ. કોઈ કીર્તિ ઉમેરતા રહે છે, કોઈ ધન ઉમેરતા રહે છે, કોઈ જ્ઞાન ઉમેરતા રહે છે. જ્યારે કોઈ વર્ષો સિવાય કશું જ નથી ઉમેરતા. બહુ ઓછા માણસો વર્ષોમાં જીવન ઉમેરતા રહે છે. પુખ્ત વયના બધા માણસો ખરેખર પુખ્ત હોય છે ખરા ? કેટલાક વૃદ્ધોની નાદાનિયત કેવી ખતરનાક હોય છે !

ઈસુ ખ્રિસ્ત, વિવેકાનંદ અને શંકરાચાર્ય જેવા મહામાનવો પ્રમાણમાં ખૂબ નાની ઉંમરે આત્મસ્થ થયા. બત્રીસ વર્ષે તો ભારતમાં કોઈ એમને પ્રધાનપદું ય ન આપે. સાચા અર્થમાં આ ત્રણે મહામાનવો પુખ્ત હતા. ઈદિ અમીનને ઉંમરલાયક ગણવાનું સાહસ શી રીતે કરવું ? આ 'ઉંમરલાયક' શબ્દ કયો સમાસ ગણાય ? કલાપી પચ્ચીસ-છવ્વીસ વરસે મૃત્યુ પામેલા, એમની કવિતા ચીલાચાલુ અર્થમાં 'ઉંમરલાયક' જ હોત તો આજે એમને કોણ સંભારત ! કહે છે કે રાધા ગોરી હતી અને કૃષ્ણ કાળા હતા. એમ તો ઉંમરમાં પણ એ કૃષ્ણ કરતાં મોટી હતી. ક્યારેક પ્રશ્ન થાય કે : ક્યારેય યશોદા માટે કૃષ્ણ 'ઉંમરલાયક' હોઈ શકે ખરા ?

જીવનમાં ઉંમરલાયક થવા કરતાં લાયક થવાનું અઘરું છે. કોઈ નાદાન બાપને પરિપક્વ અને સમજુ દીકરો મળે ત્યારે મન વિચારે ચડી જાય છે. આવો દીકરો બાપને પત્ર લખે ત્યારે 'ચિરંજીવી' જેવા સંબોધનને બદલે માત્ર રિવાજના જોરે 'પૂજ્ય પિતાશ્રી' લખીને પત્ર શરૂ કરે છે. સદીઓની આદત પણ કેટલી વજનદાર હોય છે ! અંદર-અંદર લડવામાંથી જ ઊંચે ન આવતા આપણા નેતાઓ ઘરડા હોવા છતાં એમને 'ઉંમરલાયક' કહેવાની હિંમત નથી ચાલતી. કોરા કાગળ જેવા હળવા થવાનું સહેલું નથી, કારણ કે જીવનમાં કોરા રહેવાનું સહેલું નથી.

□

૩૯

અનુયાયીઓ

ગામથી થોડે દૂર એક અવાવરું કૂવો હતો. કૂવામાં અંધારાના થરના થર બાઝેલા રહેતા. પાણીની સપાટી પર પ્રગાઢ અંધારું અડ્ડો જમાવીને પડ્યું રહેતું. આવા સઘન અંધકારના શીત કટિબંધને ઉપરને માથે અંધારાનો એક સમશીતોષ્ણ કટિબંધ આવેલો હતો. આ પ્રદેશની એક વિશિષ્ટતા હતી. બપોરે આ પ્રદેશમાં એકાદ કલાક માટે થોડાંક સૂર્યકિરણોનું ટોળું ઊતરી પડતું. આખા કૂવાનું અંધારું આવે વખતે થથરી ઊઠતું. કૂવાના છેક ઉપરના ભાગે ઉષ્ણ કટિબંધ આવેલો હતો. એ પ્રદેશમાં ક્યારેક તો અજવાળાની ફોજ ઊતરી પડતી. સરહદ પર રહેતી વસતીની માફક અહીંનું અંધારું, અજવાળા સાથેની નાનીમોટી અથડામણોથી ટેવાઈ ગયું હતું.

કૂવાની દીવાલો પર જાતજાતની વનસ્પતિ ઊગતી. કૂવાની જળસંપત્તિ, જીવસંપત્તિ અને વનસ્પતિ ઘણી સમૃદ્ધ હતી. કૂવાને પોતાનું આગવું કહી શકાય એવું પર્યાવરણ હતું. કૂવામાં ઘણા દેડકાઓ રહેતા. તેઓ કૂવાને ખૂબ જ ચાહતા હતા. કેટલાક દેડકાઓ તો વારંવાર સમશીતોષ્ણ કટિબંધનો આંટો મારી આવતા. એમાંના કેટલાક તો વળી છેક ઉષ્ણ કટિબંધ સુધી પહોંચી જતા. દૂર દૂર ફરીને તેઓ જ્યારે પાછા નીચે ફરતા ત્યારે ઘણા દેડકાઓ ટોળે વળીને તેઓની વાતો સાંભળતા.

એક દિવસ મોટો બનાવ બની ગયો. બે દેડકાઓ ઉષ્ણ કટિબંધ વટાવીને છેક કૂવાના થાળા સુધી પહોંચી ગયા. વ્યાપ તો એટલો કે ન પૂછો વાત ! બંને ઊભી પૂંછડીએ નાઠા તે સીધા પાણી ભેગા થયા. કૂપનગરમાં તો ચોરે ને ચૌટે એક જ વાત. અજવાળું ભાળી ગયેલા બંને અવકાશયાત્રીઓનું જાતજાતનાં નૃત્યો દ્વારા સન્માન કરવામાં આવ્યું. આખું નગર ડ્રાઉં... ડ્રાઉંના જયઘોષોથી ભરાઈ ગયું.

કેટલાક દેડકાઓને આ વાત ન ગમી. તેઓ કૂવાની બહાર કોઈ અલૌકિક પ્રકાશ છે એ વાત જ સ્વીકારવા તૈયાર ન હતા. તેઓ પોતાને અંધકારવાદીઓ કહેવડાવતા. તેઓની દલીલ એક જ હતી : અંધારું એ વાસ્તવિકતા છે જ્યારે પ્રકાશ એ શ્રદ્ધાનો વિષય છે. જો એ બે દેડકાઓ કહે છે તેમ પ્રકાશ જેવું કંઈ હોય તો એ આપણને સૌને કેમ નથી દેખાતો ? આજના વિજ્ઞાનયુગમાં પ્રકાશની આવી વાતો કરવી એ પોતાને ભણેલાગણેલા કહેવડાવતા દેડકાઓને છાજતું નથી.

કૂવામાં કેટલાક દેડકાઓ એવા હતા જેમને પ્રકાશની વાતોમાં કશીય ગતાગમ ન પડતી. તેઓ તો ક્યારેક અજવાળાની બાધા રાખતા. કેટલાક તો વળી કૂવાની દીવાલ પર ઊગી નીકળેલી વનસ્પતિની પૂજા કરતા. કેટલાક તો દીવાલની અંદરની નાની બખોલમાં પડેલા કાંકરાની પૂજા કરતા અને આરતી પણ ઉતારતા. કૂવાની દીવાલમાં આવી તો ઘણી બખોલો હતી. એક બખોલને પવિત્ર ગણનારા દેડકાઓ, બીજી બખોલના દેડકાઓ સાથે વારંવાર અથડામણમાં આવતા. આમ દેડકાઓની વસતી અનેક નાનાં જૂથોમાં વહેંચાઈ ગઈ હતી. આ જૂથો ઘણી વાર સેમિનારો પણ ગોઠવતા. એમાં ગેરસમજની આપ-લે થયા કરતી. વરસમાં એકાદ વખત દેડકાઓના સમસ્ત પંચની પરિષદ મળતી. કલાકો સુધી દેડકાઓ વચ્ચે ભ્રમનું આદાન-પ્રદાન થયા કરતું.

એક દિવસ કૂવાના થાળા પરથી એક નાની કાંકરી ખરી અને

પાણીમાં પડી. દેડકાઓએ એને નામ આપ્યું : 'સ્કાયલૅબ.' દેડકાઓ તો ગભરાઈને આમતેમ દોડાદોડી કરવા માંડ્યા. આવી કાંકરીઓ ક્યારેક ખરતી રહેતી, પણ ભાગ્યે જ કોઈ જાનહાનિ થતી.

બપોરનો વખત હતો. પોતાની પવિત્ર બખોલમાં એક દેડકો ખૂબ જ સ્વસ્થ ચિત્તે બેઠો હતો. આવી રીતે શાંતિથી બખોલમાં કલાકો સુધી બેસી રહેવાની એને ટેવ હતી. એવામાં સૂર્યપ્રકાશનું કિરણ બખોલ પર પડ્યું. બખોલ તો અલૌકિક પ્રકાશથી ભરાઈ ગઈ. દેડકો તો આનંદવિભોર બની ગયો. આ એક અનુભૂતિ હતી. બીજા દેડકાઓ આગળ પોતાની અનુભૂતિ વ્યક્ત કરવા માટે એની પાસે પૂરતા શબ્દો ન હતા. થોડી જ વારમાં પ્રકાશ અદૃશ્ય થઈ ગયો અને બખોલમાં ફરી પાછું અંધારાનું સામ્રાજ્ય છવાઈ ગયું.

પેલા દેડકાના જીવનમાં એક ક્રાંતિ આવી ગઈ. એ તો કૂપનગરને ખૂણે ખૂણે જઈ સૌને કહેવા લાગ્યો : "પ્રકાશ છે એટલું જ નહીં, મને એ પ્રકાશની ઝલક પ્રાપ્ત થઈ છે." પછી તો અનેક બખોલોમાં દેડકાઓ આંખો મીંચીને બેસી રહેતા. બધા જ દાવો કરતા કે અમને ઝલક મળી છે. આવા દેડકાઓને બીજા અનેક અનુયાયીઓ મળી રહેતા. આવી ઝલક પોતાને મળી છે એવો દાવો કરનારાઓમાં એક હતા દેડકેશ્વર, બીજા હતા દેડકાનંદજી અને ત્રીજા હતા દેડકાબાબા. આ ત્રણે વચ્ચે પણ છાનીછપની હરીફાઈ પણ ચાલ્યા કરતી. સૌ પ્રકાશની ઝલકનું વર્ણન આ પ્રમાણે કરતા :

ડ્રાઉં... ડ્રાઉં... ડ્રાઉં.
ડ્રાઉં... ડ્રાઉં... ડ્રાઉં.
ડ્રાઉં... ડ્રાઉં... ડ્રાઉં.

પછી અનુયાયીઓ પણ જોરથી બોલતા : ડ્રાઉં... ડ્રાઉં... ડ્રાઉં.

□

૩૭

શ્રદ્ધા, અશ્રદ્ધા, અંધશ્રદ્ધા

આ દેશમાં નદીને પવિત્ર માનવામાં આવે છે. પવિત્ર ગણાતા કેટલાક પર્વતો પણ આ દેશમાં છે. કેટલાંક ખાસ મકાનોમાં પણ અહીં પવિત્રતાનું આરોપણ થયું છે. કેટલાંક પ્રતિષ્ઠિત પથ્થરોનેય લોકો પૂજે છે. ગાય અહીં સદીઓથી પવિત્ર ગણાતી આવી છે. અને છતાંય આ દેશમાં માણસ જેવો માણસ અસ્પૃશ્ય ગણાયો, એટલું જ નહીં એની સાથે એ જાણે માણસ જ ન હોય એવો વ્યવહાર થયો. માણસની પ્રતિષ્ઠા સ્થાપવામાં અને એના માનવ્યનો આદર કરવામાં ધર્મ નિષ્ફળ ગયો. આવું જરા જુદા સંદર્ભમાં બીજા અનેક દેશોમાં પણ બન્યું.

હિંદુ ધર્મને સૌથી મોટું નુકસાન બ્રાહ્મણો દ્વારા થયું. ઇસ્લામનો ફેલાવો તલવારથી થયો એટલે એનેય ઝાંખપ લાગી. ખ્રિસ્તી ધર્મે લોભલાલચનો સહારો લીધો અને ક્યારેક ભયંકર યુદ્ધો પણ થયાં. ખ્રિસ્તીઓએ ક્રુસેડ કરી અને મુસલમાનોએ જેહાદ કરી. લાખો નિર્દોષ માણસો ધર્મને નામે મર્યા. આપણા ચીલાચાલુ અર્થમાં ગાંધી 'હિંદુ' હતા શું ? કોઈ ખ્રિસ્તી સમજે એટલા છીછરા અર્થમાં ઈસુ પોતે 'ખ્રિસ્તી' હતા ખરા ? આ અર્થમાં ગૌતમને 'બૌદ્ધધર્મી' અને મહાવીરને 'જૈનધર્મી' કહી શકીશું ખરા ? એક વાત છે અને તે એ કે ફાટી ગયેલા દૂધને પણ લોકો 'દૂધ' કહેવાનું ચાલુ રાખે છે. આ છે આદતનો પ્રભાવ.

આવા સંઘટિત ધર્મ(Organised religion)ને પોટલું વાળીને પૅસિફિકમાં પધરાવી દેવામાં કશું જ ખોટું નથી. યુદ્ધ, બર્બરતા, શોષણ અને દંભથી દુનિયાને બચાવી લેવા માટે આમ થવું અત્યંત જરૂરી છે. ગાંધી અને માર્ક્સ આજે ક્યાંય એકબીજાને મળી જાય અને ગરીબી અંગે ચર્ચા કરે તો તેઓ વચ્ચે છેલ્લાં સો વર્ષની ઘટનાઓને આધારે પોતપોતાના વિચારોના પરિમાર્જન દ્વારા કોઈ સમજૂતી થાય એ શક્ય છે. પરંતુ એક ગાંધીવાદી અને એક માર્ક્સવાદીને દસ વર્ષ સાથે રાખો તોય તેઓ વચ્ચે સમજૂતી નહીં થાય એટલું લખી રાખશો. અનુયાયીમાં માટે કોઈ અક્કલ નથી હોતી, એવું વારંવાર કહેનારા રજનીશજીના અનુયાયીઓ માટે પણ એ જ સાચું ગણાય.

પ્રશ્ન એટલો જ કે સંસ્થાગત ધર્મોને પૅસિફિકમાં પધરાવતી વખતે બુદ્ધ, મહાવીર, ઈસુ, મહમદ કે કૃષ્ણને પણ સાથે પધરાવી દેવા પડે ખરા ? એવું આપણે કરી શકીશું ખરા ? વળી એમના અનુયાયીઓની આંધળી નાદાનિયતને કારણે ગીતા, ઉપનિષદ, બાઈબલ, કુરાન, ગ્રંથસાહેબ કે ધમ્મપદનેય (તુકારામના અભંગની માફક) પાણીમાં પધરાવીશું ? માથું દુખે એટલે એને વાઢી નાખીશું ?

હું ચા, બીડી, ગાંજો કે દારૂનું સેવન ન કરતો હોઉં તેથી નિર્વ્યસની નથી બની જતો અને પવિત્ર પણ નથી બની જતો. એ જ રીતે કોઈ નાસ્તિક હોય એટલે બુદ્ધિપ્રામાણ્યવાદી (રૅશનાલિસ્ટ) નથી બની જતો. નાસ્તિકતા પણ એક સંપ્રદાય બની શકે છે. સંઘટિત ધર્મની માફક સંઘટિત નાસ્તિકતા પણ ખતરનાક બની શકે છે. નાસ્તિકતાનું ઝનૂન પણ હિરણ્યકશ્યપ કે સ્ટેલિનના અત્યાચારો સર્જી શકે છે. મૂળ વાત માણસને પૂર્વગ્રહો અને ઝનૂનથી બચાવી લેવાની છે, જેથી એ બને તેટલો વધારે સ્વસ્થ (કે બને તેટલો ઓછો અસ્વસ્થ) બની શકે. આ સ્વસ્થતા એ પ્રત્યેક માણસે જતન કરીને જાળવી રાખવા જેવી મૂલ્યવાન 'ચીજ' છે અને એ એક વાર મળી

જાય તો ભગવાન વગર આપણું કશુંય ન અટકે. આ સ્વસ્થતા વિવેક વગર ન મળે અને આવો વિવેક 'સાચી' કેળવણી વગર ન જ મળે. શંકરાચાર્યે 'વિવેકચૂડામણિ' નામનો અદ્ભુત ગ્રંથ લખ્યો અને વિવેકને મુગટના મણિને સ્થાને મૂક્યો. આવો વિવેક ધર્મનિરપેક્ષ હોઈ શકે. કોઈ વિચારવિશેષ, વ્યક્તિવિશેષ કે ધર્મવિશેષની કંઠી બાંધી કે થોડો પૂર્વગ્રહ આવ્યો જ સમજો અને પૂર્વગ્રહ આવ્યો એટલે વિવેક પાછલે બારણેથી નહીં પણ આગલે બારણેથી ભાગ્યો જ સમજો. હવે આપણે પૂર્વગ્રહો અને ઉપગ્રહો બંને છોડતાં રહેવાનું છે. કોઈની નાસ્તિકતા પણ પૂર્વગ્રહ હોઈ શકે છે. નાસ્તિકતા પણ શ્રદ્ધાનો વિષય બની શકે છે. કોઈ નાસ્તિકને પોતાની નાસ્તિકતામાંય અંધશ્રદ્ધા હોઈ શકે છે.

આખો પરિવાર આર્યસમાજી હોવાને કારણે હું ઝાઝી વાર મંદિરે ગયો નથી. નાનપણમાં પ્રસાદને લોભે જવાનું થતું અને હવે શિલ્પસ્થાપત્ય જોવાને લોભે મંદિરમાં જવાનું થાય ત્યારે પણ મનને હંગામી શાંતિ તો પ્રાપ્ત થાય છે. ચમત્કારો, જ્યોતિષ, મંત્રતંત્ર, ભૂતડાકણ, મુહૂર્ત કે બાધા-આખડીમાં જરા જેટલી શ્રદ્ધા નહીં હોવા છતાં મગજને તાળું મારી દેવાનું ટાળ્યું છે. આર્યસમાજીઓ મૂર્તિપૂજાનો વિરોધ કરતા તોય મહર્ષિ દયાનંદની છબી ઘરમાં રાખતા જ. મહમદ સાહેબે પણ મૂર્તિપૂજા એટલે કે બુતપરસ્તીનો વિરોધ કરેલો. એમનું ચિત્ર ક્યાંય હજી જોયું નથી અને એ કારણે મને એમને માટે ભારોભાર આદર પણ ખરો. બુદ્ધ પણ મૂર્તિમાં નહોતા માનતા અને બ્રાહ્મણોએ તો એમને નાસ્તિક કહેલા. પછી થયું એવું કે ગૌતમ બુદ્ધની જેટલી મૂર્તિઓ બની તેટલી બીજા કોઈ મહામાનવની નથી બની ! વિદ્વાનો માને છે કે 'બુત' શબ્દ પણ મૂળે 'બુદ્ધ' પરથી આવ્યો છે. અનુયાયીઓની કમાલ તો જુઓ ! પરિગ્રહનો ત્યાગ કરવાનું શિખવાડનાર અને વસ્ત્ર પણ ત્યાગનારા મહાવીર સ્વામીની મૂર્તિ પણ સુવર્ણમય બની

રહી. આપણી આ તો જૂની આદત છે. આદતને એક હોંશ હોય છે અને તે વિચાર પર પ્રહાર કરવાની.

શ્રદ્ધા વિવેકયુક્ત હોવી જોઈએ. ખૂબ ઊંચેથી નદીમાં ભૂસકો (ડાઈવ) મારનારો અને આપઘાત કરવા માટે પડતું મૂકનારો; બંને પાણીમાં તો પડે છે પણ બંનેની છલાંગમાં ગુણાત્મક તફાવત રહેલો છે. ડૂબકી મારનારા અને ડૂબી મરનારા માણસની પાણી અંગેની વિચારધારા સરખી ન હોઈ શકે. વાત એમ છે કે વિજ્ઞાને આપણા વિવેકને મદદરૂપ થાય એવી ઘણી માહિતી પૂરી પાડી છે. પૃથ્વી ગોળ છે એવું કહેનારાઓને એક જમાનામાં ઘણું વેઠવું પડેલું. આજે પૃથ્વી સપાટ છે એમ માનનારાઓને કોઈ મારી નથી નાખતું. આ વિજ્ઞાનનો પ્રભાવ છે. બાકી પૃથ્વી સૂર્યની આસપાસ ફરે છે એવું કહેવા બદલ ઈટલીના બ્રૂનોને જીવતો બાળી મૂકવામાં આવેલો. આજથી હજાર વર્ષ પર માણસની વિવેકબુદ્ધિને વિજ્ઞાનની મદદ ઝાઝી નહોતી મળતી. આજે એ મળી રહે છે એ બહુ મોટી વાત છે.

બાકી જીવનમાંથી શ્રદ્ધાને બાદ કરી નાખીએ પછી શું બચે છે તે વિચારવા જેવું છે. માણસની મૂળભૂત સારપમાં અને એના માનવ્યમાં શ્રદ્ધા ન હોય તો આપણો કયો વ્યવહાર ચાલશે ? આવી મૂળભૂત શ્રદ્ધાનું વ્યવહારુ સ્વરૂપ એ જ વિશ્વાસ. આમ રોજબરોજના વ્યવહારમાં આધારરૂપ બનતો આપણો અનુભવજન્ય વિશ્વાસ પણ મૂળ તો પેલી મૂળભૂત શ્રદ્ધાનો જ આવિર્ભાવ છે. એક વાર એનો લોપ થાય પછી સંપૂર્ણપણે દ્રવ્યવાદી ગણાતા માણસ માટેય જીવવાનું શક્ય નહીં બને. અહીં અંધશ્રદ્ધાની તો વાત જ નથી. બાકી આઈનસ્ટાઈનના 'E = Mc^2' સમીકરણમાં મને સમજ ન પડે તો એ મારી મર્યાદા છે; આઈનસ્ટાઈનની નહીં. વિવેકાનંદને જે અનુભૂતિ થઈ તે મને નથી થતી એટલે એ ખોટા નથી પડતા. જયંત પાઠકને

કવિતા ફૂટે અને મારા જેવા એમના પાડોશીને નયે ફૂટે ! હવે જેને કવિતા ન જ ફૂટે તે રૅશનાલિસ્ટ બની જાય એવું ખાતરીપૂર્વક ન કહી શકાય.

વર્ષો થયાં ઘરમાં વિદ્યુતશક્તિ વાપરું છું છતાં હજી એ શક્તિનાં દર્શન મને નથી થયાં. એ શક્તિની હાજરીની પ્રતીતિ મને વિદ્યુતગોળા દ્વારા, પંખાના હલનચલન દ્વારા, ગીઝરમાંથી પડતા ગરમ પાણી દ્વારા, ઘંટી દ્વારા, ટી.વી. દ્વારા અને ક્યારેક મને મળતા આંચકા (shocks) દ્વારા મળતી રહે છે. આવી પ્રતીતિ થાય છતાંય હું ઇલેક્ટ્રિસિટી છે જ નહીં એમ માનું તો એ કોઈ વિજ્ઞાની માટે ગુસ્સાનો વિષય ન બની શકે. મારી 'ઇલેક્ટ્રિસિટી છે જ નહીં' એવી શ્રદ્ધાને સાચવી રાખવાનો મૂળભૂત હક લોકશાહી સમાજમાં મને મળેલો છે.

કદાચ આ જ રીતે ઈશ્વર જેવી કોઈક મહાશક્તિ છે, એવી પ્રતીતિ કે પછી આછા અણસારા કોઈ મારા કરતાં વધારે સંવેદનશીલ જીવોને મળ્યા કરે એ અશક્ય નથી. તેઓને રોજરોજ થતા સૂર્યોદયમાં, રોજરોજ ઊગતા પુષ્પમાં કે ઈંડાંમાંથી પાંખો ફફડાવતા ચેતનમાં કે ખૂબ જ સ્વસ્થ એવા કોઈ સંતમાં આવી શક્તિની ઝલક મળે અથવા ઝલક મળી રહી છે એવો ભાવ થાય એ અશક્ય નથી. એવા ભાવ સાથે સંમત થવાની કોઈ મને ફરજ ના પાડે ત્યાં સુધી મારી વ્યક્તિગત સ્વસ્થતાને ઊની આંચ પણ આવતી નથી.

લોકશાહી માટે પણ મારા મનમાં જે આદર છે તે આ કારણે. વ્યક્તિગત સ્વસ્થતા જળવાઈ રહે એવી સૌથી વધારે શક્યતા લોકશાહીમાં રહેલી છે. તેથી જ એ સાચવી રાખવા જેવી બાબત છે. ઈશ્વર છે કે નહીં તેની ખબર નથી પણ જો હોય જ તો એક વાત ચોક્કસ. એનામાં નહીં માનનાર પ્રત્યે પણ દયાળુ બની શકવા જેટલી ખાનદાની એની પાસે છે.

નાસ્તિક માણસ જો કોઈકને પ્રેમ કરી શકતો હોય તો ઈશ્વરના અસ્તિત્વ અંગે આગ્રહ રાખવાની જરૂર હું જોતો નથી. એવા પ્રેમને ઈશ્વર ન કહીએ તેથી કાંઈ ખાટુંમોળું થતું નથી. મૂળ વાત સત્યશોધનની છે. સત્ય હાથ લાગી જાય તો અને ત્યારે એને ઈશ્વર કહેવાનું કોઈને માટે ફરજિયાત નથી.

□

૩૮

માંહ્યલો રાજી રાજી

પતંગિયું મહિનાઓ કે વર્ષોના નહીં પરંતુ ક્ષણોના કોષ્ટકમાં જીવે છે અને છતાં એની પાસે પૂરતો સમય હોય છે. પ્રત્યેક બાળક લગભગ આવી મસ્તીથી જીવનની શરૂઆત કરે છે. પિકાસો તો કહે છે કે પ્રત્યેક બાળક કલાકાર હોય છે. પ્રશ્ન મોટા થયા છતાં કલાકાર તરીકે કેમ ટકી રહેવું એટલો જ હોય છે. મોટા થઈએ એટલે આપણને આપણા દોષો ઢાંકવાની ફાવટ આવી જાય છે. દોષો કરતાંય એમને ઢાંકવા માટેનાં કરતૂતો વધારે ખતરનાક બની રહે છે. બાળકો પાસે પૂરતો સમય હોય છે. તેઓ પોતાના દોષો ઢાંકવામાં ખોટો સમય બગાડતાં નથી. દુ:ખ જીવનનો જેટલો સમય બગાડે તેના કરતાં અનેકગણો વધારે સમય દુ:ખનાં રોદણાં રડવામાં વેડફાતો રહે છે.

દુ:ખની માફક સુખ પણ ગમે તે દિશામાંથી આગળથી ખબર આપ્યા વિના જ ચાલ્યું આવે છે. લોકો દુ:ખની કથા બઢાવીચઢાવીને કહેતા ફરે છે અને સુખની કથા કહેવાની ઝાઝી પરવા નથી કરતા. મોટો લક્ષાધિપતિ પણ વાતવાતમાં ઠાવકાઈથી કહે છે : બસ, દાળ-રોટી મળી રહે છે. એને લાખો રૂપિયા આપ્યા બદલ ભગવાનને પસ્તાવો થાય એવી રીતે ગંભીરતાથી આવું વાક્ય ઉચ્ચારવામાં આવે છે. માણસ પોતાના સુખને ખુલ્લું કરવામાં પણ ગણીગણીને વર્તે છે.

છેલ્લાં થોડાંક વર્ષોથી મને, હું ખૂબ જ સુખી આદમી છું એવો વહેમ પડવા માંડ્યો છે. ક્યારેક તો આવા ખ્યાલને કારણે પણ મનમાં ફાળ પડે છે. લોહચુંબકનો ઉત્તરધ્રુવ એની વિરુદ્ધના દક્ષિણધ્રુવને આકર્ષે છે એ રીતે સુખ ગમે ત્યાંથી દુ:ખને તાણી લાવે એવી બીક લાગ્યા કરે છે. જે સમાજમાં દુ:ખનું પ્રમાણ ખૂબ જ મોટું હોય એ સમાજમાં સુખી હોવાનાં જોખમો ઘણાં હોય છે. દુ:ખી માણસોને ક્યારેક સુખી માણસ દુશ્મન જેવો લાગે છે. આમાં દુ:ખી માણસોનો જરા જેટલો વાંક નથી હોતો. વારાફરતી બધા સુખી કે દુ:ખી ભૂમિકાઓ ભજવતા રહે છે અને મનમાં પરણ્યા પછી મનમાં રંડાતા રહે છે.

ઘણાખરા માણસોનું સૌથી મોટું દુ:ખ એ હોય છે કે પોતે બધી રીતે સુખી છે એ વાત તેઓથી બિલકુલ અજાણી રહી જાય છે. જે દિવસે મનમાં બેચાર સારી કાવ્યપંક્તિઓ ફૂટે તે દિવસે સુખને સમાવવા માટે ઘરમાં જગ્યાની તાણ પડે છે. કવિને હું 'બાદશાહોં કા બાદશાહ' માનું છું. 'કવિ'થી મોટો હોદ્દો (designation) જગતમાં જડવો મુશ્કેલ છે. ભર્તૃહરિએ કવિઓને ધન વગરના ઈશ્વર (ઐશ્વર્યવાન) કહ્યા છે.

નાના હતા ત્યારે ચાર્લ્સ મૅકની પેલી અંગ્રેજી કવિતા ભણેલા તે યાદ આવે છે, જેનું શીર્ષક હતું 'મિલર ઑફ ધ ડી.' અનાજ દળવાની ઘંટીમાં કામ કરતો એ મસ્ત માણસ 'ડી' નામની નદીને કિનારે રહેતો હતો. એની કૅફિયત એ પંક્તિમાં વ્યક્ત થાય છે : "હું કોઈની અદેખાઈ નથી કરતો અને કોઈ મારી અદેખાઈ નથી કરતું. (આઈ એન્વી નોબડી ઍન્ડ નોબડી એન્વીઝ મી.)" સુખનું ખરું રહસ્ય એક સામાન્ય ઘંટીવાળાને મુખેથી સરી પડે છે.

એક માણસ અતિશય સામાન્ય કક્ષાના ઘરમાં મસ્તીથી હીંચકા પર બેઠો હોય ત્યારે એને જોઈને તાતા પણ ફિક્કા પડી જાય એમ બને અને બનવું જોઈએ. જેમને જોઈને બિરલાને પોતાની

ગરીબીનો ખ્યાલ આવી જાય એવી મસ્તીથી જીવતા સામાન્ય માણસો ક્યારેક મળી જાય ત્યારે તેમને ચુંબન કરવાનું મન થઈ આવે છે. અફસોસ એક જ વાતનો છે અને તે એ કે આવી મસ્તી કવિતાનો વિષય બનવાથી વિશેષ પ્રસરતી નથી.

મોટા ધનપતિને પણ સતત પોતાની ગરીબી ખટક્યા કરે એવો આ જમાનો છે. બધું હોવા છતાંય કાંઈ નથી એવી લાગણી રહ્યા કરે એવો આ જમાનો છે. મામૂલી માણસો નાહક મોટાઓને જોઈને દુ:ખી થાય છે. ખોટું આશ્વાસન લઈને હરખાવાની આ વાત નથી. દુ:ખ એ આશ્વાસનની પૂર્વશરત છે.

એક એવી ચીજ શોધી કાઢવી જોઈએ જેને સહારે માણસ સુખના પ્રદેશનો પાસપોર્ટ અને વિસા મેળવી શકે. આવી કોઈ પણ ચીજ ન હોય એવો અભાગિયો ભાગ્યે જ કોઈ હશે. બાકી એક નનામો કાગળ માણસને દુ:ખી કરી જાય છે. નનામા કાગળની એક ખૂબી છે, એમાં લખનાર અવ્યક્ત રહે છે અને વાંચનારને દ્વેષ કરવાની ફાવટ નથી આવતી. હમણાં એક નનામો પત્ર મળ્યો. એમાં મારા દુર્ગુણોનું વર્ણન કરવામાં આવ્યું હતું. વર્ણન સાચું હતું. વાંચીને નિરાંત થઈ કે ચાલો, મને સાચી રીતે ઓળખનારું કોઈક તો છે !

પોતાનો માંહ્યલો જેમાં રાજી રાજી થઈ જાય એવી ચીજ હોવા છતાં તેને પામી નહીં શકનારો જ ખરેખરો અભાગિયો ગણાય. આવી ચીજ પામી જનાર આદમી પાસે બીજાઓની અદેખાઈ કરવા જેટલો સમય પણ નથી હોતો. કદાચ તેથી જ એ દુ:ખથી બચી જવા પામે છે. બાકી સુખદુ:ખનાં પાર્સલો, સરનામું બરાબર ન થયું હોય તોય, આપણને સમયસર મળી જતાં હોય છે.

□

૩૯

કૃષ્ણ વિનાની રાસલીલા

કોઈ પણ જાતના અવાજ વગર કાળચક્ર ફરતું જ રહે છે. આંખના પલકારામાં સ્થૂળ ધરી વગરની પૃથ્વી એક ગુલાંટ ખાય છે અને તારીખ બદલાઈ જાય છે. સોમવારથી શરૂ થતું અઠવાડિયું જોતજોતામાં સરકી જાય છે અને રવિવાર માણ્યો ન માણ્યો ત્યાં, અળખામણો સોમવાર આવ્યો જ સમજો. અઠવાડિયું સોમવારથી શરૂ થાય છે એ પણ માણસનો એક મૌલિક ભ્રમ જ ગણાય. આવો જ બીજો લોકપ્રિય ભ્રમ પહેલી તારીખે મહિનો શરૂ થાય તે છે. ચંદ્રની કળા સાથે મહિનો જોડાયાને સદીઓ વીતી ગઈ. ઈસુ સાથે જોડાયેલા સંવતનું નવું વર્ષ શરૂ થાય અને નવી સાલ લખવાનો મહાવરો પડે ત્યાં તો ચાર-પાંચ મહિના વીતી ગયા હોય છે. પૃથ્વી સૂર્યની ફરતે સ્પીડોમિટર અને માઈલોમિટર વગર દોડતી જ રહે છે અને એક ચકરાવો પૂરો કરે ત્યાં તો માણસના પગારમાં માંડ થોડોક વધારો થાય છે. ઋતુચક્ર ફરતું રહે તે તો જુદું. સૂર્ય પણ કોઈ બેનામ નિહારિકાની ફરતે આંટા મારતો જ રહે છે અને વળી એ નિહારિકા પણ...

*　　　　*　　　　*

બધું ગોળગોળ ફરતું જણાય છે. ગ્રહો અને તારાઓ ગરબે રમતા રહે છે. કૃષ્ણની ખરેખરી રાસલીલા તો આ છે. ગોકુળની રાસલીલા તો આ અનાદિમધ્યાંત રાસલીલાના એક સ્થૂળ સંકેત સમી બની ગઈ. કોઈ ગ્રહ-ઉપગ્રહ કે તારો ઠરીને બેસતો નથી. ગરબામાં

દાખલ થયા પછી ઘૂમ્યે જ છૂટકો. થાકો એટલે બાજુએ ઊભા રહી જવાનું અને બીજા કોઈને જગ્યા કરી આપવાની. સમયનો ચાકડો ફરતો જ રહે છે. કુંભારને 'પ્રજાપતિ' જેવું મજાનું નામ અમથું નથી મળ્યું. સુથારને 'વિશ્વકર્મા' કહીને એના ઉમદા કાર્યનું જબરું બહુમાન કરવામાં આવ્યું છે.

* * *

કૃષ્ણની જ વાત નીકળી છે એટલે એની અગમ્ય રાસલીલા વિષે મનમાં વિચારોની ભરતી ચઢે છે. રોજ સાગરમાં ભરતી-ઓટના ચાર ગિયર બદલાય છે. એક જ વાત છે અને તે એ કે ભગવાન રિવર્સ ગિયરમાં માનતો નથી. રાસલીલા લાખો વર્ષોથી ચાલતી રહી છે. આ રાસલીલા બે કક્ષાએ ચાલતી જણાય છે :

(૧) બૃહત્ કક્ષાએ (મૅક્રો લેવલે)

(૨) સૂક્ષ્મ કક્ષાએ (માઈક્રો લેવલે)

બૃહત કક્ષાએ વિરાટની રાસલીલા ચાલતી રહી છે. 'બ્રહ્મ લટકાં કરે બ્રહ્મ પાસે', એટલું કહીને નરસિંહ મહેતો તો જાણે એક મમરો મૂકીને છૂટી પડે છે. કવિશ્રી ન્હાનાલાલનો 'વિરાટનો હિંડોળો' આ બૃહત્ લીલાની એક ઝલક આપી જાય છે.

સૂક્ષ્મ કક્ષાએ પણ રાસલીલા જ ચાલતી રહે છે. પરમાણુના કેન્દ્રની આસપાસ ઇલેક્ટ્રોન્સ રાસલીલા રમતા રહે છે. આ વાત કઠોપનિષદે એક જ પંક્તિમાં મૂકી દીધી છે : 'અણોરણીયાન્ મહતો મહીયાન્.' કૃષ્ણ 'ક્ષણમાં નાનો ને ક્ષણમાં મોટો' થઈ શકે એવો અત્યંત વિસંગતિથી ભરેલો ભગવાન છે એટલી વાત તો ભોળી મીરાંબાઈને પણ સમજાઈ ગઈ હતી. 'મ્હાવાને મા દઈશ' નામના કાવ્યમાં મીરાં પોતાની માતાને વિનંતી કરે છે અને કહે છે કે : મને મ્હાવા (માધવ) સાથે પરણાવીશ નહીં કારણ કે એની વાતમાં ઠેકાણું નથી હોતું. કઠોપનિષદની અતિગંભીર વાત મીરાંની પંક્તિઓમાં આબાદ રમતી થાય છે :

"નાનડિયો નખ જેટલો
એનો ઢોલિયો ધરણી ન માય."

કૃષ્ણનું આવું બૃહત્ સ્વરૂપ અને સૂક્ષ્મ સ્વરૂપ મીરાંને કોણે સમજાવ્યું હશે ! આજે તો બધી માહિતી વૈજ્ઞાનિક આધાર લઈને આપણી પાસે આવે છે છતાંય દેશી ચીકુ જેવડા આપણા મગજમાં સમાતી નથી.

રાસલીલા ચાલતી જ રહે છે. ઉંમર અને પગાર એકધારાં વધતાં જ રહે છે. ટૅક્સીનું મીટર ચઢતું રહે છે. ટૅક્સી ચાલતી ન હોય તોય 'વેઈટિંગ ચાર્જ' ચઢતો રહે છે. શહેરની બેચેન સડકો પર હૉર્ન સતત ભસતાં જ રહે છે. ભીડમાંથી માર્ગ કાઢતો રિક્ષાવાળો આગલું પૈડું દાખલ થાય એટલે આખી રિક્ષા પસાર થઈ જશે એવા વિશ્વાસથી લોકોને હિસાબે ને જોખમે રિક્ષા દોડાવતો જ રહે છે.

મીરાં એક વાર વૃંદાવન ગઈ. ત્યાં એક સંન્યાસી રહેતા હતા. મીરાંએ સંન્યાસીના દર્શન કરવાની ઇચ્છા પ્રગટ કરી ત્યારે શિષ્યોએ કહ્યું કે ગુરુજી સ્ત્રીઓને દર્શન નથી આપતા. મીરાંએ આના પરથી એક ભજન બનાવ્યું :

હું તો જાણતી હતી જે વ્રજમાં પુરુષ છે એક
વ્રજમાં વસીને તમે પુરુષ રહ્યા છો તેમાં ભલો તમારો વિવેક !

શિષ્યોએ જઈને ગુરુને આ પંક્તિઓ સંભળાવી અને ગુરુ દર્શન આપવા તૈયાર થયા.

કૃષ્ણ સાથે મીરાં જેટલા એકરૂપ થવાનું સહેલું નથી. આમ તો માણસ રૂપિયાનું પરચૂરણ ગણતી વખતે પણ તલ્લીન થઈ શકે છે. જીવનમાં પરચૂરણ અને પુરુષોત્તમ વચ્ચે ખેંચતાણ ચાલે ત્યારે ઘણુંખરું પરચૂરણ જ જીતી જાય છે. જીવનમાં જાણે કૃષ્ણ વિનાની રાસલીલા સતત ચાલતી રહે છે. વાવાઝોડાનું કે ધરતીકંપનું કેન્દ્ર મળે છે પરંતુ જીવનનું કેન્દ્ર જડતું નથી.

□

૪૦

ભીનાશની આવનજાવન

વરસાદ અટકી ગયો છે પરંતુ પવન ભીનાશનું વળગણ જલદી છોડી શકતો નથી. પવન અને ભીનાશ વચ્ચેની ખાનગી દોસ્તીની તડકાને ખબર છે એટલે જ તો છેલ્લા ચાર-પાંચ દિવસથી એ આ તરફ ફરક્યો પણ નથી. તડકા વગરનો વાદળિયો સૂર્યપ્રકાશ એ ચોમાસાનો સ્થાયી ભાવ જણાય છે. ચોમાસાનું એક લક્ષણ છે અને તે એ કે જ્યાં જુઓ ત્યાં બધું લીલુંલીલું અને ભીનુંભીનું.

ફળિયામાં ભટકતી ભીનાશને સથવારે ફરવા નીકળી પડવાનો લાભ જતો કરવાનું, કોઈ સુંદર સ્ત્રી તરફ દૃષ્ટિ ન કરવા જેટલું મુશ્કેલ છે. તમે ફરતા હો અને વાતાવરણમાંથી એકાદ નાનું અમથું ટીપું ઓચિંતું જ તમારા શરીર પર આવી પડે. ભીનાશ તરફથી આવો ઘાયલ કરી મૂકે એવો ઇશારો પણ તમે ન સમજો તો પછી એમાં મોસમનો શો વાંક ?

ભીનાશ પ્રત્યે સદીઓથી માણસને આકર્ષણ રહ્યું છે. પોતાના પ્રત્યે કોઈકના હૃદયમાં ભાવ જાગે ત્યારે માણસનું હૈયું ભીનું થાય છે. પ્રેમની અનેક વ્યાખ્યાઓ થઈ છે. ખરેખર તો પ્રેમ એક એવો શબ્દ છે જે અવ્યાખ્યેય છે. માણસનો દરેક બાબતની વ્યાખ્યા કરવાનો શોખ એટલો તો જૂનો છે કે જીવન સિવાયની બીજી બધી બાબતોની વ્યાખ્યા એ કરી ચૂક્યો છે. પ્રેમની વ્યાખ્યા ન કરવામાં જ સાર છે. બ્રહ્માનંદે તો 'પ્રેમનગર મત જાના મુસાફિર'

એવી ચેતવણી પોતાના એક ભજનમાં આપી પણ છે. આવી ચેતવણીને ગણકારે તો માણસ શાનો ? કોઈ પતંગિયું હજી સુધી દીવાની જ્યોતથી ચેતીને ચાલ્યું નથી. જોખમ અને જીવન વચ્ચે જબરી દોસ્તી હોય છે. જ્યાં જરા જેટલું જોખમ નથી ત્યાં જીવતું મૃત્યુ છાનુંમાનું સંતાઈ રહે છે.

એક જમાનો હતો જ્યારે સ્ત્રીઓ માટે સુવાવડ એક ઘાત બની રહેતી. આજે સુવાવડ દરમિયાન થતાં મરણોનું પ્રમાણ ઘટ્યું છે પરંતુ જોખમ તો રહે જ છે. આ જોખમની સંગાથે જીવન ધબકતું રહે છે. બે પ્રેમીઓ અનેક જોખમો ખેડીને પણ એકબીજાંને મળવા તત્પર રહે છે. આવી જોખમની ક્ષણો દરમિયાન તેઓ પૂરી માત્રામાં જીવતાં હોય છે. એમની હરકતોને જોનારી દુનિયા એટલી જીવતી નથી હોતી એટલે એમને કનડવા દોડે છે. કનડવા દોડનારાઓ પેલા પ્રેમીઓને જાણે કહે છે : "તમને અમારાથી અધિક માત્રામાં જીવન માણવાનો શો અધિકાર છે ?" જોખમ ખેડીને દરિયામાં ડૂબકી મારીને મોતી કાઢનારા માણસોને 'મરજીવા' કહે છે, એ અકસ્માત નથી.

ભીનીભીની મોસમમાં ફરવા નીકળી પડતી વખતે માણસ પલળવાનું જોખમ લેવાય તૈયાર નથી હોતો તેથી છત્રી લઈને નીકળે છે. છત્રી એક જ કામ કરે છે. ચોમાસાના સૌંદર્યને એ કલંકિત કરે છે. કોરા રહેવામાં નિરાંત છે જ્યારે પલળવામાં થોડુંક જોખમ છે. જીવનમાં પલળવાનું ટાળનારા લોકો ચલચિત્રમાં પડદા પર વરસાદમાં પલળતાં નાયક-નાયિકાને જોઈને ખુશ થયા કરે છે.

શ્રાવણી ભીનાશમાં ઓટલે બેસીને ફળિયાના વાતાવરણને સૂંઘ્યા કરવાનું મને ખૂબ ગમે છે. પ્રેમની વ્યાખ્યા કરવાની ત્રેવડ મારામાં નથી કારણ કે મહાસાગરનાં મોજાં વગર લેવેદેવે શા માટે ઊછળતાં રહે છે તેય મને તો નથી સમજાતું. આમ છતાં જો

મને કોઈ દબાણ કરે અને પ્રેમની વ્યાખ્યા આપવાનું કહે તો હું એટલું જ કહું : પ્રેમ એટલે મળેલાં હૈયાં વચ્ચે થતી ભીનાશની આવન-જાવન. ભગવાનની બહુ મોટી કૃપા છે કે આવી કોઈ વ્યાખ્યા જાણ્યા - મૂક્યા વગર પણ કરોડો હૈયાં પરસ્પર પ્રેમ કરતાં જ રહે છે. વ્યાખ્યાં વગર એમનું કશુંય અટક્યું નથી.

☐

૪૧

એક હતું બાળપણ

થોડા દિવસ પર આર. કે. નારાયણનો નિબંધસંગ્રહ Reluctant Guru વાંચવા મળ્યો. તેઓ એમની 'ગાઈડ' નામની નવલકથાને કારણે અને એના પરથી તૈયાર થયેલા ચલચિત્રને કારણે દુનિયામાં પ્રખ્યાત બન્યા છે. તેઓ જ્યારે અમેરિકાની એક યુનિવર્સિટીમાં મુલાકાતી પ્રાધ્યાપક તરીકે ગયેલા ત્યારે એક મજાની ઘટના બની. વર્ગમાં પ્રથમ વાર દાખલ થયા ત્યારે એમણે જોયું કે એમાં ઉંમરલાયક સ્ત્રીઓ હતી અને દરેકના હાથમાં 'ગાઈડ'ની નકલ હતી. 'ગાઈડ' લખ્યાને સારો એવો સમય થઈ ગયો હોવાને કારણે લેખકને લાગ્યું કે જો એ બહેનો 'ગાઈડ' પર પ્રશ્નોની ઝડી વરસાવે તો જવાબ આપવાનું ભારે થઈ પડે. આર. કે. નારાયણનાં બીજાં પુસ્તકોમાં 'ધ ડાર્ક રૂમ' અને 'નેક્ષ્ટ સન્ડે' પણ જાણીતાં છે.

ઉપરોક્ત નિબંધસંગ્રહમાં એક ગમી જાય એવો નિબંધ છે, 'Children'. એમાં એક જગ્યાએ, જો બાળરાજાઓ મોટી ઉંમરના માણસો માટે અભ્યાસક્રમ ઘડે તો, શું થાય તે અંગે તેઓ લખે છે. આવા અભ્યાસક્રમનો પહેલો પાઠ 'બાળક સાથે કેમ ચાલવું' એ અંગેનો હોઈ શકે. માબાપ બાળક સાથે બહાર ફરવા નીકળે ત્યારે ખૂબ ઝડપથી ચાલે છે. બાપુજીની પાછળ પાછળ આ રીતે બાળકને ઘસડાવું પડે એ સ્થિતિ બાળકને કેવી લાગતી હશે !

જે માણસ બાળકની આંગળી પકડીને એની પાછળ ચાલતો હોય તે ખૂબ જ સમજુ પિતા ગણાવો જોઈએ.

મોટી ઉંમરના માણસો માટેનો બીજો પાઠ શું હોઈ શકે ? 'બાળકો સાથે કેમ વાત કરવી' એ બીજા પાઠનું હાર્દ બની શકે. બાળક સાથે વાત કરતી વખતે મોટા લોકોએ હમેશાં એક વાત યાદ રાખવી જોઈએ : બોલનારનું મોં અને સાંભળનારના કાન એકસરખી ઊંચાઈએ નથી હોતાં. વિચાર કરો કે જિરાફ સસલાને કશું કહેવા માગે તો સસલાની શી દશા થાય ? બાળક સાથે વાત કરતી વખતે ઉંમરલાયક માણસોએ કાયમ નીચા નમીને વાત કરવી જોઈએ. આ દેશમાં મોટી ઉંમરના માણસો નાની ઉંમરના માણસો આગળ ભાગ્યે જ નમે છે. એમની અપેક્ષા તો નાની ઉંમરવાળા જીવનભર પોતાને નમતા રહે એવી જ હોય છે.

અભ્યાસક્રમનો ત્રીજો પાઠ 'બાળકોને શું કહેવું' એ અંગેનો હોઈ શકે. બહુ ઓછા માણસોને બાળકો સાથે વાત કરતાં આવડે છે. મોટાઓ શબ્દોનો મારો ચલાવે ત્યારે જે આઘાત પોતાને પહોંચે છે તે અંગેની રજૂઆત કરવાની ત્રેવડ પણ બાળક પાસે નથી હોતી. ભગવાને આવા કટોકટીના વખતે બચી જવા માટે એને એક જ ભેટ આપી છે અને તે રડી પડવાની. માત્ર આ ભેટને કારણે જ બાળકો ગાંડાં થઈ જવાને બદલે મોટાં થઈ જાય છે. આવા નાના નાના આઘાતો કેટલીક આંખે ચડે તેવી નિશાનીઓ છોડતા જાય છે અને મોટી ઉંમરે પણ પ્રત્યાઘાતોની હારમાળા ચાલુ રહે છે.

બાળકોને સમજવાની એક ગુરુચાવી છે. કોઈ પણ બાળકને સમજવાનો પ્રયત્ન કરતી વખતે માણસે પોતાનું બાળપણ યાદ કરી લેવું. આમ કરવાથી ઘણા અત્યાચારો ઘટી જાય એમ બને. ભાગ્યે કોઈ બાળક ઓટલા પરથી ઊતરતી વખતે એકએક પગથિયું

જાળવીને ઊતરે. એ તો ભૂસકો મારીને જમીન પર પહોંચે છે અને રમવા માંડે છે. પિતાશ્રીને આ નથી ગમતું. આમ કરવામાં ચંપલ જલદી તૂટે છે અને ક્યારેક બાળકને વાગે પણ છે.

પિતાએ પણ પોતાના બાલ્યકાળમાં આ રીતે ઓટલા પરથી ઠેકડો જ મારેલો હોય છે. આ વાત હંમેશાં ભૂલી જવામાં આવે છે અને બીજી એક વાત પણ વિચારી લઈએ. કોઈ બાળક ઉંમરલાયક વૃદ્ધની ઠાવકાઈથી એક પછી એક પગથિયું ઊતરે તો એ કેવો લાગશે ? કોઈ પણ પિતા પોતાનું બાળક અકાળે વૃદ્ધત્વ પામે એવું ઇચ્છે ખરો ? જીવનમાં જાળવી રાખવા જેવી ચીજ બાળપણ છે, વૃદ્ધત્વ નહીં. ઘણાં માબાપો પોતાનાં બાળકો પાસેથી એમનું બાળપણ છીનવી લેવાની ઉતાવળમાં હોય છે.

□

૪૨

સો ટચનું અંધારું

એક વૈશાખી સાંજ જાણે આકરી તપશ્ચર્યા પછીની હળવાશ લઈને ચાલી આવે છે. ઉકળાટની પકડમાંથી માંડ નાસી છૂટેલા વાયરાનો શ્વાસ હજી હેઠો નથી બેઠો એવું લાગ્યા કરે છે. આખી બપોર, અણગમતા ઉકળાટને મારામાં સમાવી લેવાના નિષ્ફળ પ્રયત્નમાં ચાલી જાય છે. પ્રયત્નની નિષ્ફળતા એટલી દાહક હોય છે કે માંડ ઠંડા પડેલા વાયરાની હળવાશને પણ હું જાણે ફૂંકી ફૂંકીને પીતો રહું છું.

વૈજ્ઞાનિકો બેધડક કહી શકે કે જીવનની પળોનું કોઈ વજન નથી હોતું. આવી ખોટી અફવા ફેલાવવાનો એમને અધિકાર છે. બાકી આપણો અનુભવ તો જુદી જ વાત કહી જાય છે. એક પળ હળવી ફૂલ જેવી બની શકે છે અને એ જ પળની પાડોશમાં વહી જતી બીજી પળ કમ્મર બેવડ વળી જાય એટલી વજનદાર જણાય છે. કોઈ પળ હેલિકૉપ્ટર બનીને આવે છે અને હળવું હળવું ઉડ્ડયન કરાવી ચાલતી થાય છે. કોઈ પણ સબમરીન બનીને આવે છે અને એક ઊંડી ડૂબકીની અનુભૂતિની ઝલક આપીને સરી જાય છે. ધરતી પર રહેનારાઓને ઊંડાણ અને ઉડ્ડયન બંનેની ગરજ રહે છે. ધરતી પર એક વીંધાયેલા પક્ષીની વ્યથા અને જીવનથી વિખૂટી પડતી માછલીનો તરફડાટ એકસાથે જોવા મળે છે. જીવનમાં ઊંડાણ અને ઊંચાઈ જેવી બે વિરોધી દેખાતી બાબતો

ધરતી પર ભેગી થાય છે.

રશિયન કવિ મીઝેલેઇટિસની મજાની કેફિયત યાદ આવે છે. કવિતા એની પાસે સામે ચાલીને આવી પહોંચે ત્યારે શું બને છે એની વાત કવિ કરે છે. કવિના જ શબ્દોમાં એ વાત માણી લઈએ : “જ્યાં સુધી પ્રબળ જરૂર ઊભી થવાની લાગણી મને ના થાય ત્યાં સુધી હું કદી લખતો નથી. હું કવિતાને કોઈ રોગની માફક મારી અંદર લઈ જઉં છું. ઉષ્ણતામાન ઊંચું જાય છે. થોડીક વાર માટે કવિતા મને પરેશાન કરી મકે છે. ગૂંગળાવી મૂકે છે અને ઊંઘ હરામ કરી મૂકે છે, પણ પછી ઉષ્ણતામાન નીચે આવે છે. કવિતા લખાઈ રહે ત્યારે હું ફરી સાજો થઈ જાઉં છું. જેમ કવિતા વધારે સંકુલ તેમ ઉષ્ણતામાન (તાવ) વધારે અને રોગ એટલો જ ભારે.”

વૈશાખી સાંજે ઉકળાટ, કોઈ રીઢા ગુનેગારની માફક થોડોક ઢીલો પડે છે ખરો પરંતુ ગુનો કબૂલ કરવાનું નામ નથી લેતો. એની અકડાઈ તો સૂર્યાસ્ત થયા પછી જ જાય છે. સૂર્યાસ્ત થયા પછી બીજની ચંદ્રરેખા નજરે ચઢે છે. હજી અંધારું પ્રગાઢ નથી થયું. હજી એમાં અજવાળાનો ભેગ હોય એવું જણાય છે. શહેરમાં ભેગ વગરનું પ્રગાઢ અંધારું મળે પણ ક્યાંથી ? જ્યાં કશું જ ભેળસેળ વગરનું ન હોય ત્યાં અંધારું સો-ટચનું શી રીતે હોઈ શકે ? બીજની ચંદ્રરેખા પ્રકાશ પાથરવાનો ડોળ નથી કરતી તોય એના તરફ આપણું ધ્યાન તો જાય જ છે. બીજની ચંદ્રરેખાનું સૌંદર્ય એની આવી અનાક્રમક સાદાઈમાં રહેલું છે. એ આપણને મેઈક-અપ કર્યા વગરની નમણી નારીની માફક આકર્ષે છે. અંધારાની સાથે પણ જાણે એ ખૂબ સલૂકાઈથી વર્તે છે. અંધકાર પર ચઢી બેસવાનો ઇરાદો એ સેવતી નથી. અંધકારને અભિભૂત કરવાને બદલે જાણે એનું મન જીતી લેવાનો પ્રયત્ન કરતી હોય એમ આકાશમાં આવીને એ ઊભી રહી જાય છે. કોઈ શરમાળ

સ્ત્રી પુરુષને જલદી જીતી લે એ રીતે એ અંધકારને હળવી ટપલી મારીને નરમ પાડી દે છે.

રાત પડી ચૂકી છે. આખા દિવસનો રોજમેળ તપાસી જવાની આ વેળા છે. ઘરની બહારના ખુલ્લા ચોકમાં કે ગામની ખળીમાં કે પછી સાફસૂથરા ખેતરમાં બેસીને આકાશમાં પોતાનો વારો આવે ત્યારે ધીમે ધીમે પ્રગટ થતા તારાઓને જોતા રહેવાની આ વેળા છે. રંગમંચ પર નાટકને અંતે ધીમે ધીમે બધાં પાત્રો ઉમેરાતાં જાય અને છેવટે સ્ટેજ પર ઊભાં રહી જાય એ રીતે થોડી વારમાં આખું આકાશ તારાઓથી છવાઈ જાય છે.

આવા વિશાળ રંગમંચ પર પશ્ચિમાકાશમાં એક ખૂણે શાંતિથી ઊભી રહી ગયેલી ચંદ્રરેખા ભાગ્યે કોઈનું ધ્યાન ખેંચે છે. શહેરમાં ઠેરઠેર ટ્યૂબલાઈટોનાં ઠૂંડાં ફૂટી નીકળે છે. પ્રકાશનો આવો ફાલ ઊતરે ત્યારે અંધારું દૂર દૂર ક્યાંય વગડામાં ચાલ્યું જાય છે. આવા ભાગી છૂટેલા અંધારાને પડખે તમારી સામે ઢળેલી આંખે ઊભી રહી ગયેલી બીજની ચંદ્રરેખાને મન ભરીને નીરખવાની મજા મનોરંજન-કરથી મુક્ત છે એટલું જાણી રાખવા માટે કવિ હોવાનું ફરજિયાત નથી.

□

૪૩

તડકાનું રેશનિંગ

શહેરના બાગના સૌંદર્ય કરતાં ગામની સીમનું સૌંદર્ય જુદું હોય છે. શહેરવાસીની અનુદારતા થોડીક સુંવાળી હોય છે, જ્યારે ગામડિયાની ઉદારતા પણ થોડીક ખરબચડી હોય છે. માગશર મહિનામાં કણસલાંથી લચી પડેલી સીમ જેવું સુંદર દૃશ્ય ભાગ્યે જ કોઈ કલાકારની પીંછીની હડફટે ચઢે છે. હવે કલાને પણ શહેર છોડીને ગામડે જવાનું ગમતું નથી.

ખેતરમાં માંચડો ઊભો કરીને એના પર બેસીને પંખીઓ પર ઢેખાળાનો ઘા કરતી ગ્રામકન્યા 'રે પંખીડાં, સુખથી ચણજો ગીતવા કાંઈ ગાજો' એ કલાપીની પંક્તિઓ કદીય નથી ગાતી. એ જે કાંઈ ગાય છે એ માત્ર વાયરો જ સાંભળે છે. કહે છે કે તુકારામે પણ ખેતર સાચવવાને બદલે પંખીઓને દાણચોરી કરવાની સંપૂર્ણ છૂટ મૂકી દીધેલી. નાનકે પણ 'રામ કી ચિડિયા રામ કા ખેત, ખા લે ચિડિયા ભરભર પેટ' એવું કહી દીધેલું.

કવિ વર્ડ્ઝવર્થ સન ૧૮૦૩માં પોતાની બહેન કોલેરિજ સાથે સ્કૉટલૅન્ડ ગયેલા. ત્યાં એણે ઉત્તર સ્કૉટલૅન્ડની ટેકરીઓ પર ખેતરના એકાંતમાં કામ કરતી કરતી, ગાતી રહેતી ખેડૂત કન્યા પર મજાનું કાવ્ય 'ધ સોલિટરી રિપર' લખ્યું. કવિને એના ગીતમાં જરા જેટલી સમજ ન પડી છતાંય એનાં હૃદયમાં આસપાસની પ્રકૃતિનો વૈભવ અને પેલા ગીતના સૂર કાયમને માટે વસી ગયેલા.

આ પ્રખ્યાત કાવ્યની એક પંક્તિ આજેય હજી બરાબર યાદ છે : અહીં થંભી જાઓ કે પછી ધીરે રહીને પસાર થઈ જાઓ (Stop here or gently pass). વાયરો કવિની આ વાતનો આદર કરે છે. એ થંભી શકતો નથી એટલે વહ્યો જાય છે.

અન્નબ્રહ્મનું જીવતું પ્રતીક એટલે કણસલું. ભગવાન માણસને મરવા દેવા નથી માગતો એની સાબિતી કણસલું પોતે છે. સર્જનહારનું મજાનું કાવ્ય અને ખેડૂતની આસ્તિકતાનું શિલ્પ સાંઠા પર લટકતું રહે છે. એનો પ્રત્યેક દાણો ધરતીનું ધાવણ પામીને લીલી કુમાશ ધારણ કરે છે. ધરતીને માતા કહેવામાં માત્ર રૂપક અલંકાર કરતાં કંઈક વિશેષ બાબત રહેલી છે. પર્લ બકે 'ધ ગુડ અર્થ'માં દુકાળમાં ફસાયેલા ચીનના ભૂમિપુત્રને ધરતીમાતાનું કામણ કેવું હોય છે એનું મજાનું ચિત્ર ખેંચ્યું છે. એ વાંચીને પન્નાલાલ પટેલની નવલકથા 'માનવીની ભવાઈ' યાદ ન આવે તો જ આશ્ચર્ય. લગભગ બધા દેશો માટે ધરતી 'ધ મધર અર્થ' રહી છે.

કરસાંટીની હેલ ભરીને બળદગાડું ઘરેડમાં ચાલી જતું હોય ત્યારે ઉપર હાથીની અંબાડી પર બેસતી વખતે થાય એવો રોમાંચ જેણે જીવનમાં એકાદ વાર પણ અનુભવ્યો નથી તેના જીવનમાં કશુંક રહી ગયું છે, એમ જાણવું. એવી હેલ પર ચલચિત્રની નાયિકા બેઠી હોય, તેને પડદા પર જોઈને હરખાવાની ટેવ પડી જાય છે. આપણું આ જુનવાણી ગાડું (આંધ્રનું) અર્નોલ્ડ ટોયેન્બીને એવું તો ગમી ગયેલું કે ન પૂછો વાત !

ગાય કે ભેંસને પાનો મુકાવ્યા પછી ચળકતા પિત્તળના વાસણમાં દૂધની ધાર થાય ત્યારે થતો એક ખાસ પ્રકારનો અવાજ કાન માંડીને સાંભળવા જેવો હોય છે. પોતાની તાકાત કરતાંય વધારે વજનદાર એવો લીલા ઘાસનો ભારો માથા પર ઊંચકીને ખેતરેથી ઘરે આવતી ગ્રામકન્યા પોતાની ચંપલ પણ ભારામાં ખોસી દઈને ઉઘાડે પગે ચાલતી હોય છે. ભારે વજનને કારણે એની

લચકાતી કમર પર હજી કોઈ કવિની નજર નથી પડી એ જ આશ્ચર્ય ગણાય.

ટ્રેનમાં મુસાફરી કરતી વખતે બન્ને બાજુએ આવેલાં ખેતરો પર નજર માંડી રાખવાનું ગમે છે. પ્રત્યેક ચોરસ મીટર જમીન એક ઔદ્યોગિક એકમ છે. દેશના ખૂણે ખૂણે પથરાયેલો આ ઉદ્યોગ જ બીજા બધા કહેવાતા ઉદ્યોગોને જિવાડે છે. વસતી વધતી જ જાય છે. બહુમાળી મકાનો નીચાં પડી રહ્યાં છે. દર વર્ષે લાખો એકર જમીન સોસાયટીઓ દ્વારા એન. એ. (નોન-ઍગ્રિકલ્ચરલ) થતી જાય છે. ભૂંગળાંઓમાંથી જે ધુમાડા છૂટે છે તે હવાને બગાડ્યા પછી ધરતીને પણ ભ્રષ્ટ કરતા રહે છે. આ ભ્રષ્ટાચાર એવો તો ધીમો છે કે ક્યારેક સગી આંખે દેખાતો પણ નથી.

ગામની ભાગોળને ભૂંગળાંના આક્રમણથી બચાવી લેવાનું સહેલું નથી. ભવિષ્યમાં છાણનો પોદળો પણ પ્રદર્શનમાં જોવા માટે મૂકવો પડશે. એ પોદળાને ડિહાઈડ્રેટ કરીને રાખવામાં આવશે. આજે પણ મુંબઈનાં કેટલાંય ઘરોમાં તડકાનું રૅશનિંગ આવી ગયું છે. ભવિષ્યમાં તડકાના પણ બ્લૅક બોલાશે.

□

૪૪

મીંઢો અણુબૉંબ અને લવરીખોર મશીનગન

હું કાંઈ ટ્રૉટ્સ્કી નથી કે તેઓ મારા માથામાં હથોડો મારી શકે. હું કાંઈ મન્સૂર નથી કે મને તેઓ શૂળી પર લટકાવી દે. હું ભુટ્ટો નથી એટલે ફાંસીએ ચઢીને મરું એવી પણ શક્યતા નથી. હું દલિત કે શોષિત નથી એટલે તેઓ મારા પર અને મારી સ્ત્રી પર અત્યાચાર કરે એવી શક્યતા નથી. હું ઈરાનના લશ્કરનો જનરલ કે કૅપ્ટન નથી એટલે ગોળીએ વીંધાઈ જવાની તકલીફમાંથી બચી જાઉં છું. હું યુગાન્ડામાં નહોતો રહેતો એટલે જ તો ઈદી અમીનનો સ્વાદિષ્ટ કોળિયો થતો બચી ગયો છું. હું શેખ મુજીબ નથી એટલે મારું આખું કુટુંબ સલામત છે. હું ખાન અબ્દુલ ગફારખાન નથી એટલે જ તો જેલની બહાર છું અને સખારોવ નથી તેથી નજરકેદથી મુક્ત રહી શક્યો છું.

હું સોલ્ઝીનેત્સીન નથી તેથી મારા જ દેશમાં રહીને લખી શકું છું. હું જયપ્રકાશની નકલ નહોતો કરતો તેથી તો કટોકટી દરમિયાન પણ બધી રીતે સુખી હતો. હું સ્ત્રી નથી એટલે બળાત્કારથી ડરવાનું કોઈ કારણ નથી. વળી હું કાંઈ જમશેદપુરની કચરો વીણતી આદિવાસી કન્યા નથી કે ગુંડાઓ મારા પર તૂટી પડે તે પહેલાં નદીમાં કૂદીને ડૂબી મરવું પડે. સારું છે કે હું મુસ્લિમ નથી; નહીં તો મારે મુલ્લાંઓથી ડરવું પડત. હું હિંદુ નથી; નહીં તો મારે રામાયણ વાંચ્યા વગર પણ અયોધ્યા જતી

રથયાત્રામાં જોડાવું પડત. હું ગાય નથી એ જ સારું છે; નહીં તો મારે કપાઈ મરવા માટે મુંબઈના દેવનાર કતલખાના સુધી જવું પડત. ઉપવાસની માથાકૂટમાંથી બચી જવા માટે જ તો મેં ગાંધીવાદી થવાનું ટાળ્યું છે. જૂઠું બોલતાં ખચકાટ અનુભવું છું એટલે તો હું રાજકારણી હોવાનો ડોળ પણ નથી કરી શકતો. લાંચ લેવાની હિંમત નથી એટલે તો મોટો સરકારી હોદ્દો મળે તોય એ સ્વીકારવા હું તૈયાર નથી. આપેલાં વચન તોડવાનો જીવ નથી ચાલતો તેથી હું કોઈ રાજકીય પક્ષમાં જોડાઈ શકતો નથી.

હું મહારાષ્ટ્રનો નથી એટલે શિવસેનાવાળા મને સ્વીકારે એમ નથી. શિવાજીએ ત્રણ ત્રણ વાર સુરત લૂંટ્યું એ વાત સુરતના લોકો ગૌરવપૂર્વક કહે છે કારણ કે કોઈ શિવાજીને મહારાષ્ટ્રના કે માત્ર મરાઠાઓના નેતા ગણતું નથી. હું માનું છું કે શિવાજીને ઔરંગઝેબ સમજ્યો હતો એટલાય શિવસેનાવાળા નહીં સમજ્યા હોય. સીતાના ચારિત્ર્યની લંકાના રાવણને જેટલી ખબર હતી તેટલીય અયોધ્યાના ધોબીને ન હતી. ગળામાં ફોટાવાળું માદળિયું લટકાવી ફરવાનું નથી ગમતું એટલે હું ભગવાન રજનીશને શરણે પણ જઈ શકતો નથી. એમણે અનુયાયીઓની એવી તો ઠેકડી ઉડાવી છે કે હવે એમના અનુયાયી થવાની પણ મારી હિંમત નથી.

ક્યારેક મને લાગે છે કે હું બધી રીતે રવડી ગયેલો માણસ છું. ખંજરની જીભ લપકારા મારે છે ત્યારે કોઈનાં કપડાં પર પાનની પિચકારીનો રંગ લાગી જાય છે. ખંજરની મહત્ત્વાકાંક્ષા તલવાર બનવાની હોય છે. તલવાર ઠંડે કલેજે પોતાનું કામ કર્યે જાય છે અને કામ પતે એટલે મ્યાનમાં સંતાઈ જાય છે. બંદૂક બોલકણી હોય છે. તલવાર પર તો લોહીના ડાઘ પણ પડી શકે છે. બંદૂક તો પોતાની ડિગ્નિટી જાળવવા respectable distance સામા માણસ સાથે રાખે છે. તોપનો ગોળો તોપના પેટમાં પડ્યો

પડ્યો bore થઈ જાય ત્યારે લડાઈ ફાટી નીકળે છે. અણુબૉંબ ભારે મીંઢો હોય છે. અસલના ઋષિમુનિઓની માફક એ કદી ગુસ્સે થતો નથી પરંતુ વર્ષો પછી જ્યારે મોં ખોલે છે ત્યારે શાપ આપીને બધું ભસ્મ કરી નાખે છે. અણુબૉંબ લવારો નથી કરતો. મશીનગન ભારે લવરીખોર હોય છે. અણુબૉંબનું મૌન તૂટે ત્યારે હિરોશિમા રાખોડી બની જાય છે.

'માણસ' તરીકે માત્ર કવિઓ મને સતત બિરદાવતા રહે છે પણ એ બિચારાઓનું જગતમાં કશું ચાલતું નથી. એક જૂની કહેવત છે કે, "રાજા બોલે ત્યારે દળ (લશ્કર) હાલે અને બુઢ્ઢો બોલે ત્યારે દાઢી." કવિઓ બોલે ત્યારે તો દાઢી પણ હાલતી દેખાતી નથી.

હજારો વર્ષ જૂની માનવસંસ્કૃતિ ઉંમરલાયક ક્યારે થશે ? ભગવાન અને માણસ વચ્ચે કોઈ સીધું પ્રત્યાયન (હૉટલાઈન) સ્થાપી શકાય તે માટે પૂજારી, પાદરી અને મુલ્લાંઓ ક્યારે જશે ? બે દેશો વચ્ચે શાંતિ રહી શકે તે માટે સ્વાર્થી રાજકારણીઓ ક્યારે જશે ? પોતાનાથી જ દૂર ને દૂર ચાલી ગયેલો માણસ ફરી પાછો પોતાને ક્યારે મળી શકશે ? પોતાનો 'સ્વ' અને 'ભાવ' એટલે કે 'સ્વભાવ' એ ક્યારે પ્રાપ્ત કરશે ? વિશ્વશાંતિ માટેની પૂર્વશરત છે વિશ્વમાનવનું નિર્માણ. પાસપોર્ટ અને વિસા વગરની દુનિયા એક શમણું જ હોય તોય હું એને ઈંડાની માફક સેવવા માગું છું.

□

૪૫

પ્રફુલ્લન

પ્રત્યેક તૂમડું વીણા નથી બની શકતું એ સાચું હોવા છતાં એમ થવાની શક્યતા કાયમ રહે છે. મોટરગાડીમાં ડ્રાઈવરની નજર સામે ચંદા પર ઝડપ દર્શાવતા આંકડા પર હોય છે. શૂન્યથી શરૂ થઈ વધુમાં વધુ (ઝડપ) કલાકના દોઢસો કિલોમીટર સુધીના આંકડા આપેલા હોય છે. ગાડીની ઝડપ દર્શાવતો કાંટો કદીય દોઢસો સુધી પહોંચતો નથી. કલાકના દોઢસો કિલોમીટરની ઝડપ એ મોટરગાડીમાં પડેલી શક્યતાનો ઇશારો છે. પ્રત્યેક વૃક્ષ બોધિવૃક્ષ નથી હોતું અને પ્રત્યેક આદમી બોધિસત્ત્વ નથી હોતો; પરંતુ દિશાનું ભાન એને મળી રહે તોય ગનીમત. બોધિસત્વ કોને કહેવો ? જે પૂર્ણ જ્ઞાન મેળવવાને રસ્તે હીંડવા માંડ્યો છે અને થોડાક જન્મોમાં મંજિલ પર પહોંચનાર છે એવો (બૌદ્ધ) સાધુ બોધિસત્ત્વ કહેવાય. સમજુ માણસ માટે શક્યતાના ઇશારા પણ પૂરતા છે. પ્રત્યેક ગજ (હાથ) ગજેન્દ્ર (ઐરાવત) નથી હોતો પરંતુ 'ગજેન્દ્રમોક્ષ' એ માત્ર શક્યતાના ઇશારાનું કાવ્ય છે.

ગીતાના છઠ્ઠા અધ્યાયમાં ધ્યાનયોગની વાત કરવામાં આવી છે. એના ત્રીજા શ્લોકમાં બે મઝાના શબ્દો વપરાયા છે; 'આરુરુક્ષુ' અને 'યોગારૂઢ'. આરુરુક્ષુ એટલે ઉપર ચડવાની ઇચ્છાવાળો. યોગસાધના કરવાની ઊર્ધ્વમૂલ ઇચ્છા ધરાવનારને કહે છે, યોગારુરુક્ષુ. જે યોગસાધના કરી ચૂક્યો છે તેને કહે છે, યોગારૂઢ.

પશ્ચિમના સમૃદ્ધ દેશોમાં જુવાનિયા હાલતાં ને ચાલતાં યોગ (યોગા)ની વાત કરે છે. યુવતીઓ પોતાનાં વાઈટલ સ્ટેટિસ્ટિક્સ (દેહાંકનો) જાળવી રાખવા માટે યોગ શરૂ કરે છે. રોજ પરદેશોમાંથી કંઈ નહીં તો હજાર યુવાનો યોગ શીખવા ભારત ઊતરી પડે છે અને જાણીતા મઠોમાં તથા અજાણી ગુફાઓમાં પહોંચી જાય છે. વિદેશી મુદ્રા મેળવી આપનાર સૌથી વધુ નિકાસક્ષમ બાબત હાલ યોગ છે. પરદેશ જવાનું સૌને ગમે છે; યોગીઓને પણ ગમે છે. ઘણા યોગીઓને હવે ભારતીય તડકા કરતાં પરદેશની બરફીલી ઠંડી વધારે ફાવી ગઈ છે. તેઓ ક્યારેક ભારત આવી પહોંચે છે અને ફરી ચાલ્યા જાય છે. આમ દુનિયાભરમાં હવે યોગારુરુક્ષુઓની સંખ્યા ઝડપથી વધી રહી હોય એમ લાગે છે. વાત મુદ્દે એટલી જ કે પ્રત્યેક યોગારુરુક્ષુ યોગારૂઢ થવાની ક્ષમતા ધરાવે છે. પ્રત્યેક વાંસ વાંસળી થવાની શક્યતા ધરાવે છે.

જેનું પુષ્પત્વમાં સોળે કળાએ પ્રફુલ્લન નથી થયું એવી કળી પણ નમસ્કારને પાત્ર છે. જે પથ્થર ભગવાનની મૂર્તિ નથી બની શક્યો પરંતુ મંદિરનું પગથિયું જ બની શક્યો છે તે પણ સન્માનનીય છે. નદી પરનો પુલ મોટો હોય છે પરંતુ નાનું ગરનાળું નાનું હોવાથી નકામું નથી બની જતું. એનું જીવન પણ પુલની માફક સાર્થક થતું હોય છે. વરયાત્રા માટેની મોટરગાડીને ફૂલોથી ઢાંકી દેવામાં આવે છે પરંતુ શબવાહિનીનો સૌને ડર લાગે છે. બંનેના દેહધર્મો જુદા છે પરંતુ ઍન્જિનધર્મો સરખા જણાય છે.

ખલિલ જિબ્રાન જેવું સોળે કળાએ ખીલેલું પુષ્પ લેબેનોનમાં થઈ ગયું. ક્યાંક એણે એક મજાની વાત કરી છે. યાદદાસ્ત પરથી લખું છું : જેને પ્રભુએ જીવનજળ પીવાનો અધિકારી ગણ્યો એવો મનુષ્ય તારો પ્રેમ મેળવવાને પાત્ર તો છે જ. શબ્દો આડાઅવળા થઈ ગયા હોય તો જિબ્રાન મને માફ કરે. બધા આદમી (એટલે

કે આદમના વંશજો) જિબ્રાન નથી બની શકતા એય સાચું પરંતુ દરેકમાં જે શક્યતા પડેલી છે એનો ઇશારો જિબ્રાનના અસ્તિત્વમાંથી અને એના મોંમાંથી નીકળી પડેલા ચંદ શબ્દોમાંથી મળી રહે છે. જિબ્રાનનો પ્રત્યેક શબ્દ કાવ્યનો અંશ બનીને જાણે કૃતાર્થ થયો. શબ્દમાં પડેલી શક્યતાનો ઇશારો પણ જિબ્રાનનાં આવાં 'કાવ્યો' વાંચીએ ત્યારે જ સમજાય. પ્રત્યેક ગ્રંથ, 'ગ્રંથસાહેબ' ભલે ન બને પરંતુ શક્યતાનો તો ઇશારો પણ પૂરતો છે.

આવી કંઈક વિચિત્ર સમજણને કારણે હું ફાંસીની સજાનો વિરોધ કરું છું. ફાંસી કયા માણસને આપવામાં આવે છે તે ગૌણ છે; એ માણસને આપવામાં આવે છે એ વાત મુદ્દાની છે અને માણસ દ્વારા આપવામાં આવે છે તે ખાસ મહત્ત્વની છે.

ફાંસીના માંચડા પર બેઠેલાં, ચકલીનાં નવજાત બચ્ચાંનો કોમળ ચીચવાટો મને દૂરદૂરથી સંભળાય છે. એ ચીચવાટો એટલું કહી જાય છે કે ફાંસીના માંચડાની અને માતાના ગર્ભની કોઈ જ્ઞાતિ કે રાષ્ટ્રીયતા નથી હોતી. ફાંસીનો માંચડો ખરા અર્થમાં સર્વધર્મસમભાવમાં માને છે.

□

૪૬

પથરાળી નવલકથા

પ્રાચીન મીસરી રાજાના મૃતદેહ પર રચાયેલા પિરામિડ સામે ઊભો છું. એ પિરામિડનો એક એક પથ્થર હજારો વર્ષોથી કાળચક્રના પ્રહારો સામે ટક્કર લેતો આવ્યો છે. આ જગત પર 'ભૂમિતિ' શબ્દ અસ્તિત્વમાં આવ્યો તેનાં હજારો વર્ષ પહેલાં આ પિરામિડોનું નિર્માણ થયું હતું. યુક્લિડની ભૂમિતિ પણ સદીઓ પછી આવી.

માણસે પથ્થર સાથે પ્રીત કરી ત્યારે શિલ્પનું નિર્માણ થયું. પથ્થરો પર એણે પ્રેમની લિપિ અંકિત કરી અને તક્ષશિલા (શિલાં તક્ષતિ ઇતિ) જેવી વિદ્યાપીઠ અસ્તિત્વમાં આવી. દેરાં, દેરાસરો અને દેવળોમાં પથ્થરની મૂર્તિઓમાં એણે નિરાકાર અને નિર્ગુણ ભગવાનને સાકાર અને સગુણ બનાવવાનો પ્રયત્ન કર્યો.

પથ્થરમાંથી તાજમહાલ અને દેલવાડાનાં દેહરા સર્જાયાં. પથ્થરમાંથી ખજુરાહો, કોણાર્ક અને મોઢેરાનાં સૂર્યમંદિરો સર્જાયાં. પથ્થરનો ખરલ બન્યો એટલું જ નહીં, પથ્થરના ફ્લાવરવાઝમાં પુષ્પોએ પણ નિવાસ કર્યો. પુષ્પ અને પથ્થરના આવા સહ-અસ્તિત્વને નિમિત્તે કોમળતા અને કઠોરતાને પણ એકબીજાંની નજીક આવવાનું બહાનું મળી ગયું.

રસ્તે રવડતો પથ્થર એ માણસે શોધેલું પહેલું પ્રક્ષેપાસ્ત્ર

(બૅલેસ્ટિક મિસાઈલ). આજનાં આંતરખંડીય પ્રક્ષેપાસ્ત્રો પણ માણસે બીજા માણસ પર ઘા કરવા માટે સૌપ્રથમ ફેંકેલા પથ્થરનો જ વરવો પ્રસ્તાર.

સદીઓ વીતી પછી માણસ અગ્નિના ખરા પરિચયમાં આવ્યો. અગ્નિની શોધ થઈ પછી જ એની ખરી વિકાસયાત્રા શરૂ થઈ. અગ્નિ સાથેના આપણા હૂંફાળા સંબંધનો ખરો યશ પથ્થરને ફાળે જાય છે. પથ્થરમાં રહેલા અગ્નિને ઘર્ષણ દ્વારા બહાર લાવનારા માણસને અગ્નિયુગનો વિજ્ઞાન-ઋષિ જ ગણવો પડે. 'ચકમક લોઢું ઘસતાં ઘસતાં' જિંદગી પૂરી કરવાનું તો માણસ ઘણાં વર્ષો પછી શીખ્યો. ગામડાંમાં પણ ચકમકની મદદથી દોરા સળગાવીને બીડી પેટાવનારાઓ હવે ખાસ જોવા નથી મળતા. દીવાસળીની પેટી તો હજી માંડ થોડાંક વર્ષો પર આવી. આ દીવાસળીના કુળનાં મૂળ ચકમક સુધી પહોંચે છે. સિગારેટ સળગાવવા માટેનું ચમકદાર લાઈટર ભલે ને અદ્યતન લાગે પરંતુ તેમાંય તમે ક્યાંક એક નાની અમથી પથરીને બેઠેલી જોઈ શકશો.

બે પથ્થરો વચ્ચેના ઘર્ષણનું મહત્ત્વ એટલું બધું હતું કે આજેય બે માણસો વચ્ચે કોઈ બાબતમાં સંઘર્ષ થાય ત્યારે લોકો કહે છે; 'ચકમક ઝરી.' પથ્થરમાં ગુપચુપ પડી રહેલો અગ્નિ આળસ મરડે ત્યારે ચકમક ઝરે. પથ્થરયુગ પછી અગ્નિયુગ શરૂ થયો તે આવી ચકમક ઝરી પછી જ શરૂ થયો હશે. અગ્નિયુગમાં શરૂ થયેલી રાંધણકળા પણ પથ્થરો વચ્ચેના કલ્યાગરા ઘર્ષણમાંથી શરૂ થઈ. આ ઘર્ષણને ઘંટીએ એકધારું અને લયબદ્ધ બનાવ્યું.

માણસની વાર્તા પથ્થરો પર જ કોતરાયેલી જોવા મળે છે. ઍથેન્સમાં એક્રોપોલિસની ટેકરી પર અને ટેકરીની નીચે આવેલા અગોરાના સંગ્રહાલયમાં હજારો વર્ષોમાં પથરાયેલી માણસની મહાનવલને સાચવીને પથ્થરો પડી રહ્યા છે. ઈજિપ્તમાં નાઈલમૈયાને કિનારે કેરોના સંગ્રહાલયમાં એ જ પથ્થરોમાં

આપણી જ ઐતિહાસિક નવલકથા સચવાઈને પડી રહી છે. જીવનમાંથી પથ્થર કાઢી લો અને પછી જુઓ કે ઇતિહાસની શી વલે થાય છે.

લખતાં શીખ્યો એ પહેલાં માણસ કોતરતાં અને કંડારતાં શીખ્યો. સદીઓ સુધી પથ્થર એ જ એનો કાગળ હતો અને ટાંકણું એ જ એની 'પેન' હતી. શિલ્પ અને સ્થાપત્યનો વિકાસ એટલે માણસની પથ્થર સાથેની ભાઈબંધીનો વિકાસ. માનવસંસ્કૃતિના વિકાસનું વાહન એટલે પથ્થર. પથ્થરો ગોઠવીને માણસે વાવ બનાવી અને ઓવારોય બનાવ્યો. ભેખડને મઢવા માટે કિનારા અને ઊંચાઈ સાથે ગેલ કરવા માટે મિનારા બાંધવાનું પણ પથ્થરને કારણે શક્ય બન્યું. પવન અને વરસાદ સામે ઝૂઝવા માટે માણસે પથ્થરને આગળ કરી દીધો. મોટામસ ખડકોને નદી નાના નાના પથરાઓ દ્વારા, ગામેગામ તાણી ગઈ. નદીને કિનારે કે ફળિયાની ધૂળમાં રવડતો એક પથરો એટલે હજારો સદીઓથી હડતાળ કે તાળાબંધી વગર સતત ચાલતી એક વિરાટ ફૅક્ટરીની સપ્લાય લાઈન પર વહી આવેલો એક સુંદર નમૂનો.

વજનદાર પથ્થરોને ઊંચે ચઢાવવાના પુરુષાર્થમાંથી જે પિરામિડો બન્યા. એ થયું પથ્થરનું ગદ્ય. પથ્થરના પદ્યમાંથી તાજમહાલ અને દેલવાડા સર્જાયાં. પથ્થરના વ્યાકરણમાંથી સર્જાયા કિલ્લાઓ અને કિલ્લાઓની કાળીમસ તોતિંગ દીવાલો પર ગોઠવાયેલી નિર્દય તોપોના ઢેકાઓ. શલ્યામાંથી અહલ્યા બની એવી અફવાને હું છાતીએ વળગાડીને ફરતો રહું છું.

□

૪૭

ગુફતેગો

સવાર પડે તે પહેલાં એક ઘડી એવી હોય છે જ્યારે પરોઢનું અંધારું અને પરોઢનું અજવાળું એકમેકને મળે છે. એક જ મ્યાનમાં બે તલવાર રહી ન શકે એવી કહેવતની પકડમાંથી છૂટવામાં બહુ ઓછા માણસોને સફળતા મળે છે. અજવાળા અને અંધારા વચ્ચે શાંતિમય સહ-અસ્તિત્વ હોઈ જ ન શકે એ વાત સાચી હોય તોય એમાં અપવાદ શોધવો હોય તો મહોલ્લો ચાલતાં-બોલતાં શીખે તે પહેલાંની આ અત્યંત અનોખી મિલન-ઘડીની પ્રતીક્ષા કરવી રહી. આ ઘડીએ મનમાં જે કંઈ ઊભરાય છે તેને જ સમજુ લોકોએ આનંદ કહ્યો હશે. આનંદ જ્યારે આપણા મનને ખૂણે-ખાંચરે ફરી વળે ત્યારે બેઘડી મૂગા રહેવાની અને એ જ્યારે પક્ષીઓની ચાંચમાંથી ફૂટી નીકળે ત્યારે, કાન સરવા રાખવા સિવાય, બીજું કશું ન કરવાની ટેવ કેળવવા જેવી છે.

પુષ્પો બાળકોની માફક ખિલખિલ હસતાં હોય એ જોવામાં આખા જીવનનો ગમ ઓગળી જાય છે. જે ખીલતું હોય તે જ ખિલખિલ હસી શકે. ખીલવાની ક્રિયા અટકી જાય પછી અટ્ટહાસ્ય શક્ય છે, ખિલખિલ-હાસ્ય શક્ય નથી. ખિલખિલ હસવા માટે ક્યાં તો બાળક કે પછી સંત બનવું પડે. 'અટ્ટ' શબ્દનો અર્થ થાય છે, 'પ્રહાર'. ખલપાત્રનું અટ્ટહાસ્ય કેવું કાતિલ હોય છે ! શાયરોને તો માશૂકનું સ્મિત પણ કાતિલ લાગતું હોય છે. પુષ્પનું

ખિલખિલ હસવું કેવું હોય એની ખબર ઊગતા સૂરજનાં કિરણોને જ હોય છે. ઊઘડતી ઉષા જે કુમળાં કુમળાં કિરણો પૃથ્વી પર મોકલી આપે તેને ખિલખિલ થતાં પુષ્પો જ નહીં પરંતુ ખિલખિલ થતા માણસો પણ ઝીલે છે. બપોર થાય ત્યારે એ ઉંમરલાયક કિરણો કાતિલ બની જાય છે. માણસ બગડે એમાં સૌથી મોટો ફાળો એની ઉંમરનો હોય છે. કેવી નવાઈની વાત છે. બગડવા માટે જરા જેટલો પુરુષાર્થ કરવો પડતો નથી. બસ તમે બેસી રહો અને ઉંમર તમને બગાડી મૂકે. ઉંમરના આવા આક્રમણમાંથી બચી ગયો તે જીવન તરી ગયો. આ કમબખ્ત ઉંમર જ આપણા મૃત્યુ માટે જવાબદાર છે. આ દુનિયા પરથી માત્ર ઉંમરને હટાવી લો અને જુઓ, દુનિયા 'ખિલખિલ'થી ઊભરાઈ જશે. લાખો-કરોડો વર્ષની ઉંમરની આ પૃથ્વી પણ હજી ઉંમરલાયક નથી બની. કોઈ આદિવાસી પ્રજા આપણા સંપર્કને કારણે થોડી લુચ્ચી બની જાય ત્યારે લોકો કહે છે કે લોકો ઊંચે આવી રહ્યા છે !

વ્યાસના પુત્ર અને ભાગવતના કથાકાર શુકદેવજીને નાની ઉંમરે જ્ઞાન થયેલું. નાની ઉંમરે ઊંડું જ્ઞાન પામ્યા હોય એવા ઘણા માણસોના દાખલા જડે છે. નાની ઉંમરે દુષ્યંતનો પુત્ર ભરત સિંહના દાંત ગણતો એવી કથા છે. સીતાએ પરશુરામના ધનુષ્યનો ઘોડો કરીને રમવાનું પરાક્રમ કરેલું. ન્યૂટને બિલકુલ નાની ઉંમરે પવનચક્કી અને એક-બે યંત્રો બનાવેલાં. વૉલ્ટ ડિઝનીએ તદ્દન નાની ઉંમરે હાલતોચાલતો મિકિમાઉસ બનાવેલો. સરોજિની નાયડુએ નાની વયે કવિતા લખવાનું (અને ખાસ તો એ કે, સારી કવિતા લખવાનું) શરૂ કરેલું. આવાં તો અનેક ઉદાહરણો આજે પણ મળી આવે છે. કોઈએ નાની ઉંમરે બૉંબ બનાવ્યો એવું સાંભળવા મળતું નથી. ઉંમર ઘણો બગાડ લેતી આવે છે. શહેરોમાં ખાડી પૂરવા માટે હમેશાં કચરાનો જ ઉપયોગ કરવામાં આવે છે. ઘણા લોકો એ રીતે જીવનને પૂરી દે છે અને પછી એના પર મજાનું મકાન બાંધે છે.

પરોઢનું અજવાળું અને અંધારું બંને ગમે છે તેનું એક રહસ્ય એક વાતમાં જડે છે. દિવસનો એ નિર્દોષ શિશુકાળ છે. દિવસને કેટલો નિર્દોષ રાખવો અને કઈ રીતે માણવો એ નક્કી કરવાની તક એ ઘડીએ માણસના હાથમાં હોય છે. સૂરજ ઊગે તે પહેલાં સૂરજની સાક્ષીએ આખો દિવસ શું કરવાનું છે તે નક્કી થઈ શકે એવી આ વેળા છે. દિવસ દરમિયાન જે કાંઈ કુકર્મો થાય છે તે પણ ખરેખર તો સૂરજની સાક્ષીએ જ થતાં હોય છે. સૂરજની સાક્ષીનું (સૂરજની સાખનું) આટલું બધું મહત્ત્વ શા માટે ? એક જ જવાબ જડે છે. સૂરજ પાસે પૃથ્વી પરનાં તમામ સુકૃત્યો અને દુષ્કૃત્યોના દાર્શનિક પુરાવા હોય છે. એની નજર બહાર કશું જ કરી શકાતું નથી.

આટલો બધો દૂર હોવા છતાં ઉપદ્રવ કરવાની સૂરજની શક્તિ અદ્ભુત છે. સામાન્ય રીતે ઉપદ્રવથી બચતાં રહેવા માટે માણસ ઉપદ્રવથી દૂર રહેવાનું પસંદ કરે છે. આ જ રીતે ગામના માથાભારે માણસથી લોકો થોડા છેટા રહેવાનું પસંદ કરે છે. આવી વૃત્તિને કારણે માથાભારે માણસોને ઘણી વાર ભારે મજા પડી જાય છે. સૂર્યની એક ખૂબી છે. એ ખૂબ દૂર હોવા છતાં એનાથી બચવું મુશ્કેલ બની જાય છે. એ દૂર હોવાને કારણે કદાચ પૃથ્વીને ખૂબ જ તટસ્થતાપૂર્વક જોતો રહે છે.

સૂર્ય તટસ્થ છે એમ શી રીતે કહેવાય ? લોકો જાણે છે કે સૂર્ય પૃથ્વી પરની ગંદકીમાંથી ઊઠતી દુર્ગંધ હરી લે છે. સૂર્ય ન હોય તો આ આખી પૃથ્વી ગંધાઈ ઊઠે. સૂર્ય માત્ર દુર્ગંધ જ નહિ, સુગંધ પણ હરી લે છે. સૂર્ય માત્ર પાપોનો જ નહીં પુણ્યકાર્યોનો પણ સાક્ષી છે. મજાની વાત તો એ છે કે વેદકાળના અનેક મંત્રોમાં સૂર્યને ભગવાનની આંખ અને દિશાઓને કાન તરીકે વર્ણવવામાં આવ્યો છે.

દિશાઓ પણ સૂર્ય જેટલી જ તટસ્થ જણાય છે. બધું જ

નિર્લેપપણે સાંભળતી રહે છે. વેદની ઋચાઓને પણ દિશાઓ સાંભળે છે અને રાજકારણીઓના બકવાસને પણ સાંભળે છે. કોઈ પક્ષપાત જોવા નથી મળતો. નદીમાં એક ઝરણું પણ નિરાંતે આવીને ભળી જાય છે અને શહેરની ગટર પણ કચરો ઠાલવતી રહે છે. નદી બંનેથી પર છે.

પરોઢની એક ખાસ વેળાએ જ્યારે અંધારું અને અજવાળું ગુફતેગો કરતા હોય ત્યારે એક જુદા જ પ્રકારની તટસ્થતા શક્ય બને છે. 'તમસો મા જ્યોતિર્ગમય' બોલીને પણ આ ઘડીએ પ્રકાશ પ્રત્યે પક્ષપાત બતાવવાની જરૂર નથી. આકાશવાણી પરથી આવતું ભક્તિસંગીત પણ આવી એક પળે ખલેલ પહોંચાડી શકે છે. ખલેલ પામવા માટે આખો દિવસ પૂરતો છે. અંધારા અને અજવાળા વચ્ચે આ ઘડીએ જે ગુફતેગો ચાલે છે તે સાંભળવી હોય તો કાન દઈને અને મન દઈને પક્ષીઓને જ અને માત્ર પક્ષીઓને જ સાંભળવાં પડે.

☐

૪૮

ક્લોરોફૉર્મ

પોતે ક્યાં પહોંચવું છે એની જ ખબર ન હોય તેવા માણસને હોકાયંત્ર જરાય મદદ નથી પહોંચાડી શકતું. જેને સમયનું મૂલ્ય નથી સમજાયું એવા માણસ માટે ઘડિયાળ એક ઘરેણું બની રહે છે. ધ્યેય ન હોય એવો માણસ બળદગાડીને બદલે કૉન્કૉર્ડ વિમાનમાં મુસાફરી કરે તોય શું ? જે દવાની મૃત્યુ - મુદત પૂરી થઈ ગઈ હોય તે લેવાથી ઝાઝો ફાયદો નથી થતો.

ચોગરદમ નજર પહોંચે ત્યાં સુધી બસ રેતી જ રેતી દેખાયા કરે એવા રણમાં ઊંટ કલાકોના કલાકો સુધી ચાલતું જ રહે છે. એ ચાલતું રહે છે અને એની પાછળ માઈલો સુધી એનાં પગલાંની હાર લંબાયા કરે છે. ઊંટ પર સવારી કરનાર માણસને પેલાં પગલાં ઊંટની પાછળ આદુ ખાઈને પડ્યાં હોય એવી લાગણી નહીં થતી હોય ! દિશાઓને થાપ આપીને રેતી પર પથરાયેલો ગરમગરમ ભવિષ્યકાળ ઊંટની સામે હોય છે. ઊંટની ખૂંધ પર સાક્ષાત્ વર્તમાન બેઠેલો હોય છે. ઊંટની પાછળ સતત એનો ભૂતકાળ લંબાયે જાય છે.

ચારે દિશાઓને ખારાખારા ઉછાળાથી ભરી દેતા મહાસાગરમાં આગબોટ આગળ વધતી જ રહે છે. એની પાછળ સર્જાતી પાણીની નાની ભેખડો વચ્ચે પડી ગયેલો ખાડો સતત પુરાતો જ રહે છે. બધી દિશાઓને પેટમાં પધરાવીને અજગરની

વર્ષ ઊજવીએ છીએ. શું પામ્યા અને શું પામવા માગીએ છીએ એ વાત તો ફટાકડાના અવાજમાં દટાઈ જાય છે.

વાક્બારસને દિવસે સરસ્વતીની, ધનતેરસને દિવસે લક્ષ્મીની, કાળી ચૌદસને દિવસે મહાકાળીની (શક્તિની) પૂજા થાય છે અને છતાંય આપણને સાચું જ્ઞાન કોને કહે તેની, સાચું ધન કોને કહે તેની અને સાચી ભક્તિ કોને કહે તેની ઝાઝી ગતાગમ નથી હોતી. પછી એમ ને એમ એક 'બેસતું' વર્ષ ચાલવા માંડે છે અને ચાલી જાય છે. એ ચાલી જાય ત્યારે જૂનું કૅલેન્ડર છોભીલું પડી જાય છે.

ઊંટ ચાલતું જ રહે છે.
બોઈંગ ઊડતું જ રહે છે.
આગબોટ તરતી જ રહે છે.

ઘાણીનો બળદ એક જ આંટામાં તો બધી જ દિશાઓને આવરી લે છે. એ ફરતો જ રહે છે. અને માણસ..... ?

□

માફક નિશ્ચેષ્ટ પડી રહેલું આકાશ એકાદ બોઈંગના ઉડ્ડયનથી ખળભળી ઊઠે છે. બોઈંગ ભારે વેગથી આગળ ધસે છે અને કેટલાય કિલોમીટર સુધી સીધી લીટીની વ્યાખ્યા સમી એક ધૂમ્રસેર પાછળ લંબાયે જાય છે. બોઈંગના પાયલટને એ ધૂમ્રસેર દેખાતી નથી. ઊંટને પાછળ રહી ગયેલાં પોતાનાં જ પગલાં દેખાતાં નથી. આગબોટના ચાલકને પાછળ સર્જાતા જળના સાથિયા જોવાની ફુરસદ હોતી નથી.

ઍક્વેરિયમમાં સતત તર્યા કરતી માછલી પાણીના પરપોટા છોડતી રહે છે. એણે સતત તરવું જ પડે છે કારણ કે એ ડૂબવા માટે અસમર્થ છે. બહુમાળી મકાનનો લિફ્ટમૅન સતત ઉપરનીચે આવજા કરતો જ રહે છે. એ બિચારો ઘડીકમાં ઊર્ધ્વગામી અને ઘડીકમાં અધોગામી બની જાય છે. સોનું પીગળે છે પરંતુ સોની ક્યારેય પીગળતો નથી.

કૉલેજમાં કલાકો ગાળીને પાછો ફરતો વિદ્યાર્થી કેટલું જ્ઞાન લઈને પાછો ફરે છે એવો પ્રશ્ન હવે ઊઠતો જ નથી. એક દર્દી દાક્તરને ત્યાંથી પાછો ફરે ત્યારે કેટલું આરોગ્ય લેતો આવે છે એવો પ્રશ્ન જ વાહિયાત ગણાય.

મિત્રોના તમામ દોષોને દફનાવી શકાય એવું કબરસ્તાન ક્યાંથી લાવવું ? દુશ્મનાવટ કેવી રોકડી હોય છે ! અને મિત્રતામાં તો ઉધારી જ ચાલ્યા કરે છે. આજથી બે હજાર વર્ષ પહેલાં એરિસ્ટોટલે એક ભવિષ્યવાણી ભાખેલી. એણે કહેલું કે ગુલામી દૂર થશે અને સાળ પર એની મેળે કાપડ વણાશે. આવું થશે ત્યારે માલિકને ગુલામની જરૂર નહીં પડે. આજે સાળ એની મેળે ચાલતી થઈ ગઈ છે અને વણકર તો માત્ર સાક્ષીભાવે પાસે ઊભો રહે છે.

ઘાણીનો બળદ કેટલા માઈલ ચાલ્યો તે જાણવાથી શો લાભ ? કેટલાં વર્ષો વીત્યાં તેનો અંદાજ જીવતો રાખવા બેસતું